تروكرل

(القصيدة التاميلية الهندية القديمة ذات الحكم والعلوم)

திருக்குறள்
THIRUKKURAL

ترجمة : د. ذاكر حسين

تحقيق : أ. سالم الرميضي

உலகத் தமிழாராய்ச்சி நிறுவனம்
المعهد الدولي للدراسات التاميلية،
حكومة ولاية تاميل نادو، الهند

INTERNATIONAL INSTITUTE OF TAMIL STUDIES
GOVERNMENT OF TAMIL NADU, INDIA

تروكرل

ترجمة : د. ذاكر حسين
رئيس لجنة الدراسات العربية، بجامعة مدراس

تحقيق : أ. سالم الرميضي
مدير مركز "ظـ" للدراسات اللغوية، بدولة الكويت

الطبعة الأولى : أغسطس ٢٠٢٠

الصفحة : ٢٩٢

الحقوق محفوظة للناشر : المعهد الدولي للدراسات التاميلية، حكومة ولاية تاميل نادو، الهند.

Thirukkural - Arabic
Translated by: Dr. A. Jahir Husain
Chairperson, Board of studies in Arabic, University of Madras
Review: Salem Al Rumaidhi
Head, 'Dhaa' Centre for Linguistic and
Cognitie studies, Kuwait
Assistants: Dr. T. Ansaruddin & Dr. A. Abdul Hai
First Edition: August 2020
Size: Demy, Paper: 80 gsm Natural Shade Maplitho
Cover Design: Mohamed Shamim, Sharjah
Printed at Jothy Enterprises, Chennai-600 005.

Published by Dr. G. Vijayaraghavan, Director,
© International Institute of Tamil Studies,
Govt. of Tamil Nadu, India.
2nd Main Rd, C.I.T. Campus, Tharamani, Chennai 600013,
Tamil Nadu, India.
Phone: 044-22542992 / 225422781 - Email: iits@tn.nic.in
Publication No. 1062
ISBN: 978-93-88972-72-7
Pages: 292
Price: ₹ 275

كلمة المحقق

بسم الله الرحمن الرحيم

الحمد لله الذي خلق الناس شعوبا وقبائل ليتعارفوا فيتناقلوا فيما بينهم رقائق الآداب وكرائم العلوم ليعمروا كونهم ويستفيدوا من تجاربهم ويتراكم عمرانهم على مر العصور والأزمان، والصلاة والسلام على رسول الله الهادي الأمين أفصح من نطق بالضاد والظاء عليه أزكى صلاة وأتم تسليم، وهو القائل إن من الشعر لحكمة وإن من البيان لسحرا، وبعد،،،

فأشهد أني قرأت ترجمة لفريدة من فرائد الدهر وخريدة من خرائد الشعر وهي ترجمة الأستاذ الدكتور ذاكر حسين لقصيدة تروكرل وهي قصيدة مكتوبة باللغة التاميلية منذ ما يربو على الألفي عام، والغريب البديع فيها أنها تثبت بشكل أو بآخر أن الإنسان يفكر بالقيم بشكل متشابه مهما اختلفت الأزمان أو ابتعدت الجغرافيا، فقد وجدت في هذه القصيدة العمق والحكمة والفلسفة والفكر، ومن اللافت جدا أنها تتناص مع الآثار السماوية كالكتاب المقدس والقرآن الكريم، والحديث الشريف أيضا، وأحياناً بالأمثال العربية والشعر، فلوهلة أخالني أقرأ شعر أبي العتاهية في الحديث عن الزهد ثم أرى العباس بن الأحنف يتحدث في الحب العفيف وربما أطل علي أفلاطون بمدينته الفاضلة، أو سون تزو وكتابه فن الحرب، وغير هؤلاء كثير، فهذه القصيدة ملهمة ومليئة بالمعاني

ومن الجدير بالذكر أن "قصيدة تروكرل" هي أول نص تاميلي تم نقله إلى اللغة العربية فإني أعتقد أن تعريب هذه القصيدة الرائعة سيقوي العلاقة بين الهند والبلاد العربية في مختلف المجالات العلمية والأدبية والثقافية، وكما أنها ستفتح بابا جديدا للباحثين في الدراسات المقارنة بين الأدب التاميلي والأدب العربي.

أشكر المعهد الدولي للدراسات التاميلية، لحكومة ولاية تاميل نادو، الهند، على إتاحة هذه الفرصة الذهبية لي لتعريب "قصيدة تروكرل" وأتقدم بخالص الشكر والتقدير إلى الشاعر الجليل سالم الرميضي، مدير مركز "ظ" للدراسات اللغوية بدولة الكويت، على ما قدمه من أراء متميزة في تحسين الترجمة وأشكر الدكتور أنصر الدين والدكتور عبد الحي على مساعدتهما في إتمام هذا المشروع، وأسجل خالص الشكر والعرفان إلى كل من ساهمني في هذا العمل فجزاهم ربنا أحسن الجزاء.

د. ذاكر حسين

تشناي، الهند

١٢ أغسطس ٢٠٢٠

والقسم الثالث: الحب: فهو فيما يتصل بموضوع سعادة الزواج وحسن المعاشرة والحب والغرام ما يبعث القارئ على اللهفات والهموم وله خمسة وعشرون باباً.

وأما المنهج الذي سار عليه المترجم في هذا العمل فهو كالتالي:

أولا، أنه قام بصوغ " قصيدة تروكرل" صوغاً عربياً حسناً يفي بمعانيها ومطالبها.

ثانياً، أنه بذل قصارى جهوده ليكون عدد كلمات الترجمة تماثل عدد كلمات المتن الأصل وذلك رجاء الاقتضاب المكمل ومخافة الإطناب الممل.

ثالثا، أنه حاول تفسير التقاليد والعادات التاملية والتي عانى أيما معاناة في إلباسه الثوب العربي اللائق بها مثل كلمة "سجود" (في البيتين ٩ و ١٠) وكلمة "ماء الكوثر" (في البيتين ١١ و ٧٢٠) وكلمة "ملك" في (البيت ١٠٨١) وغيرها.

رابعا، أنه خلى سبيل المفردات التي تشتكي معاجم اللغة العربية من فقدان مثيلاتها أو من عدم تواجدها عند العرب فأبقاها على أصالتها مثل كلمة "زهرة أنيجا" (في الأبيات: ١١١١، ١١١٥، ١١٢٠) و كلمة "مدال" (في الأبيات: ١١٣١، ١١٣٢، ١١٣٣، ١١٣٥، ١١٣٦، ١١٣٧) وكلمة "فيدا" (في البيت ٥٦٠) وغيرها.

خامسا، أنه سعى إلى حسن الترتيب والتصميم والتنسيق مع إكثار المراجعات وتكرارها.

كلمة المترجم

إن قصيدة "تروكرل" هي من روائع كتب الحكمة القديمة صنفها الشيخ "تروولور" قبل أربع وأربعين وألفي سنة، ومن معاني "تروولور" العالم المبجل ومن معاني "تروكرل" القصيدة المعظمة. وأما "تروولور" فلم يؤثر عن مولده وأحواله إلا أنه كان من عقلاء تاميل نادو، الهند ولم يحفظ من أعماله إلا هذه القصيدة ذات الحكم والعلوم.

وتشتمل "تروكرل" على تأملات خصبة في الحياة الاجتماعية والسياسية والاقتصادية والخلقية والمروءة والإنسانية بكل معانيها وكان تروولور على معرفة تامة بعلم النفس وفلسفة الحياة.

وتحتوي هذه القصيدة على ألف وثلاثمائة وثلاثين بيتاً رائعاً في ثلاثة أقسام: القسم الأول: الديانة، فهو يعالج القضايا الاجتماعية من أحوال الأسر وغيرها ويتناول موضوع الأفكار العقدية تفصيلاً والتسبيحات والتمجيدات للباري تعالى وله ثمانية وثلاثون باباً وفي كل باب عشرة أبيات.

والقسم الثاني: الثروة: فهو يكشف أحوال البلاد والعباد بإسداء النصح لإصلاحهم وأصول الحكم وإرشادات مفلحة للسياسة والمعارك وبناء الجيوش والحصون واتخاذ الوزراء والمستشارين والضباط وله سبعون باباً.

العميقة التي تنم عن تأمل وتفكر جاد في هذه الحياة وتصور واضح للآخرة.

أشكر الدكتور ذاكر على إتاحة هذه الفرصة لي للاطلاع على هذا العمل الفخم ولعلها التجربة الأولى التي أقرأ فيها نصا مترجما من اللغة التاميلية وأتطلع للمزيد بإذن الله.

سالم خالد بن ساير الرميضي
(مدير مركز "ظ" للدراسات اللغوية، بدولة الكويت)
٢٤ يوليو ٢٠٢٠

القسم الأول

الديانة

١. تحميد الإله

١. إن الحروف مبدوءة بالألف
وكذلك الكون مبدوء بالإله.

٢. كيف ينفع العلم صاحبه
إن لم يعبد ربه الحكيم المسجود له؟

٣. الذين يواظبون على عبادة ربهم خاضعين
سيحيون حياة طيبة طويلة.

٤. الذين يذكرون ربهم الذي تقدس عن الرغبة والرهبة
سيجنبون كل مصيبة.

٥. الذين يحمدون ربهم
لا تلتبس عليهم الأعمال الحسنة والسيئة.

٦. من دان حواسه الخمس وسار في الصراط السوي
فقد حيي حياة سعيدة طويلة.

٧. لا يمكن لأحد التخلص من الهموم
إلا بالخضوع لربه الذي لا مثيل له في خلقه.

٨. الذين لا يعبدون ربهم
لا يستطيعون أن يتغلبوا على شهوات الدنيا ومصائبها.

٩. لا خير في رأس
لا يسجد لربه ذي الصفات الثمانية.

١٠. إن الذي يذكر ربه ساجداً
يستطيع أن يعبر بحر الحياة الواسع بينما لن يستطيع سواه.

1. கடவுள் வாழ்த்து

1. அகர முதல எழுத்தெல்லாம் ஆதி
   பகவன் முதற்றே உலகு.

2. கற்றதனால் ஆய பயனென்கொல் வாலறிவன்
   நற்றாள் தொழாஅர் எனின்.

3. மலர்மிசை ஏகினான் மாணடி சேர்ந்தார்
   நிலமிசை நீடுவாழ் வார்.

4. வேண்டுதல்வேண் டாமை இலானடி சேர்ந்தார்க்கு
   யாண்டும் இடும்பை இல.

5. இருள்சேர் இருவினையும் சேரா இறைவன்
   பொருள்சேர் புகழ்புரிந்தார் மாட்டு.

6. பொறிவாயில் ஐந்தவித்தான் பொய்தீர் ஒழுக்க
   நெறிநின்றார் நீடுவாழ் வார்.

7. தனக்குவமை இல்லாதான் தாள்சேர்ந்தார்க் கல்லால்
   மனக்கவலை மாற்றல் அரிது.

8. அறவாழி அந்தணன் தாள்சேர்ந்தார்க் கல்லால்
   பிறவாழி நீந்தல் அரிது.

9. கோளில் பொறியில் குணமிலவே எண்குணத்தான்
   தாளை வணங்காத் தலை.

10. பிறவிப் பெருங்கடல் நீந்துவர் நீந்தார்
    இறைவன் அடிசேரா தார்.

٢. فوائد المطر

١١. الغيث يحي الأرض بعد موتها كأنه ماء الكوثر نزل للبشر.

١٢. إن المطر بعينه رزق للطاعمين ومنظر خلاب للناظرين.

١٣. إن لم تمطر السماء يهلك الناس جوعاً ولا تنفعهم مياه المحيطات جمعاء.

١٤. إذا حبست الأمطار فكيف يحرث الحرّاث؟

١٥. الشيء الذي بعدم وجوده يهلك الناس بينما يحيون متى وجدوه ليس إلا المطر.

١٦. إذا أمسكت السماء مائها فلا يخضرّ نبت في الأرض.

١٧. سيتنقص البحر المحيط إذا ما شربت السحب ماءه وما أرجعت.

١٨. فلا تقام الحفلات ولا تقدم النذرات إذا أجدبت الأرض.

١٩. إذا لم تمطر السماء فلا تُفعل الخيرات ولا تُكفر الكفارات في هذه الأرض الواسعة.

٢٠. لا قرار لأحد في العالم إلا بالماء فكيف تصلح الحياة بدونه؟

2. வான் சிறப்பு

11. வான்நின்(று) உலகம் வழங்கி வருதலால்
    தான்அமிழ்தம் என்றுணரற் பாற்று.

12. துப்பார்க்குத் துப்பாய துப்பாக்கித் துப்பார்க்குத்
    துப்பாய தூஉம் மழை.

13. விண்இன்று பொய்ப்பின் விரிநீர் வியனுலகத்து
    உள்நின்று உடற்றும் பசி.

14. ஏரின் உழாஅர் உழவர் புயல்என்னும்
    வாரி வளங்குன்றிக் கால்.

15. கெடுப்பதூஉம் கெட்டார்க்குச் சார்வாய்மற் றாங்கே
    எடுப்பதூஉம் எல்லாம் மழை.

16. விசும்பின் துளிவீழின் அல்லால்மற் றாங்கே
    பசும்புல் தலைகாண்பு அரிது.

17. நெடுங்கடலும் தன்நீர்மை குன்றும் தடிந்தெழிலி
    தான்நல்கா தாகி விடின்.

18. சிறப்பொடு பூசனை செல்லாது வானம்
    வறக்குமேல் வானோர்க்கும் ஈண்டு.

19. தானம் தவம்இரண்டும் தங்கா வியன்உலகம்
    வானம் வழங்கா தெனின்.

20. நீர்இன்(று) அமையா(து) உலகெனின் யார்யார்க்கும்
    வான்இன்(று) அமையா(து) ஒழுக்கு.

٣. مناقب الزهاد

٢١. إنما وظيفة الصحف
بيان مناقب الزهاد.

٢٢. محاولة معرفة قدر الزاهد
كمحاولة إحصاء عدد الأموات منذ خلقت هذه الأرض.

٢٣. أفضل البشر من اكتشف أسرار العالمَين
ثم زهد في الدنيا.

٢٤. من دان حواسه الخمس بعقله
فقد غرس بذرة لدار الآخرة.

٢٥. كفى بِرب السموات شاهداً على متانة الذي
تحكم في الحواس الخمس.

٢٦. العظيم يقدر على ما لا يمكن فعله
والبسيط ليس كذلك.

٢٧. من دان حواسه الخمس
فقد أحاط بالدنيا علماً.

٢٨. أقوال الحكماء النافعة الخالدة
تكشف عظمتَهم للعالم.

٢٩. لا تمكن مقاومة قهر الرجال الصالحين
ولو للحظة.

٣٠. الحكماء هم الأفاضل
لأنهم يرحمون كل الخلائق أجمعين.

3. நீத்தார் பெருமை

21. ஒழுக்கத்து நீத்தார் பெருமை விழுப்பத்து
    வேண்டும் பனுவல் துணிவு.

22. துறந்தார் பெருமை துணைக்கூறின் வையத்து
    இறந்தாரை எண்ணிக்கொண் டற்று.

23. இருமை வகைதெரிந்து ஈண்டுஅறம் பூண்டார்
    பெருமை பிறங்கிற்(று) உலகு.

24. உரனென்னும் தோட்டியான் ஓரைந்தும் காப்பான்
    வரனென்னும் வைப்பிற்கோர் வித்து.

25. ஐந்தவித்தான் ஆற்றல் அகல்விசும்பு ளார்கோமான்
    இந்திரனே சாலுங் கரி.

26. செயற்கரிய செய்வார் பெரியர் சிறியர்
    செயற்கரிய செய்கலா தார்.

27. சுவைஒளி ஊறுஓசை நாற்றமென் றைந்தின்
    வகைதெரிவான் கட்டே உலகு.

28. நிறைமொழி மாந்தர் பெருமை நிலத்து
    மறைமொழி காட்டி விடும்.

29. குணமென்னும் குன்றேறி நின்றார் வெகுளி
    கணமேயும் காத்தல் அரிது.

30. அந்தணர் என்போர் அறவோர்மற் றெவ்வுயிர்க்கும்
    செந்தண்மை பூண்டொழுக லான்.

٤. الحث على الأعمال الصالحة

٣١. العمل الصالح يورث العظمة والثروة، فهل هناك شيء يورث العظمة للبشر أكثر منه؟

٣٢. ليس هناك شيء أكبر من الأعمال الصالحة والغفلة عنها تورث الذلة.

٣٣. قم بما تستطيع من الأعمال الصالحة حيثما كنت واستقم عليها!

٣٤. كن خالي الذهن من القاذورات ذلك هو التقى وماعداه الرياء.

٣٥. الحقد والشهوة والغضب والكلام المحرج: نهي النفس عن هذه الأربعة دين.

٣٦. لا تقل "لعلي أعمل بالدين غدا" واعمل به اليوم، لأنه صاحبك عند الاحتضار.

٣٧. الذين يعيشون في المزبلة والذين يحملونها يحصدون ثمار أعمالهم.

٣٨. من يفعل الخير كل يوم فإن الخير ينقلب حجراً يمنع فاعله من البعث الممقوت.

٣٩. السعادة لمن قام بالأعمال الصالحة والمعيشة بدونها شقاوة ولا تحمد عقباها.

٤٠. ما يستحق السعي لفعله هو المعروف وما يستحق السعي لتركه هو المنكر.

4. அறன் வலியுறுத்தல்

31. சிறப்புஈனும் செல்வமும் ஈனும் அறத்தினூஉங்(கு)
ஆக்கம் எவனோ உயிர்க்கு.

32. அறத்தினூஉங்(கு) ஆக்கமும் இல்லை அதனை
மறத்தலின் ஊங்கில்லை கேடு.

33. ஒல்லும் வகையான் அறவினை ஓவாதே
செல்லும்வாய் எல்லாஞ் செயல்.

34. மனத்துக்கண் மாசிலன் ஆதல் அனைத்தறன்
ஆகுல நீர பிற.

35. அழுக்கா(று) அவாவெகுளி இன்னாச்சொல் நான்கும்
இழுக்கா இயன்ற(து) அறம்.

36. அன்றறிவாம் என்னா(து) அறஞ்செய்க மற்றது
பொன்றுங்கால் பொன்றாத் துணை.

37. அறத்தா(று) இதுவென வேண்டா சிவிகை
பொறுத்தானோ(டு) ஊர்ந்தான் இடை.

38. வீழ்நாள் படாஅமை நன்றாற்றின் அஃதொருவன்
வாழ்நாள் வழியடைக்கும் கல்.

39. அறத்தான் வருவதே இன்பம்மற் றெல்லாம்
புறத்த புகழும் இல.

40. செயற்பால தோரும் அறனே ஒருவற்கு
உயற்பால தோரும் பழி.

٥. الحياة العائلية

٤١. رب الأسرة حقيقةً هو من يدبر شؤون والديه وزوجته وأولاده.

٤٢. رب الأسرة حقيقةً هو من ينفق على الزاهد والفقير ويقضي ديون الميت.

٤٣. رب الأسرة هو الذي يعطي ذوي الحقوق من الآباء والرب والضيف وأولي الأرحام والنفس حقوقهم.

٤٤. من اكتسب مالاً في حياته غيرَ متهم في كسبه ثم أشرك غيره في ماله فلا تفشل ذريته أبداً.

٤٥. اشتمال الحياة العائلية على الحب والدين ذلك هو ميزة الحياة وثمرتها معاً.

٤٦. من يسلك طريق الرشد في حياته العائلية فماذا يستفيد من طريقٍ غيرَه؟

٤٧. من كان موفقاً للأعمال الصالحة في الحياة العائلية فهو أفضل الذين يسعون إلى تحصيل السعادة.

٤٨. أما الحياة العائلية الصالحة التي تهدي الآخرين فهي أقوى من حياة التنسك.

٤٩. لا شك أن الحياة العائلية رشدٌ وإذا كانت خالية من تهم الناس فستكون أرشد.

٥٠. من أعطى الحياة العائلية في الدنيا حقها فهو معدود من أهل السماء ومحترم مثلهم.

5. இல்வாழ்க்கை

41. இல்வாழ்வான் என்பான் இயல்புடைய மூவர்க்கும்
    நல்லாற்றின் நின்ற துணை.

42. துறந்தார்க்கும் துவ்வா தவர்க்கும் இறந்தார்க்கும்
    இல்வாழ்வான் என்பான் துணை.

43. தென்புலத்தார் தெய்வம் விருந்தொக்கல் தானென்றாங்(கு)
    ஐம்புலத்தா(று) ஓம்பல் தலை.

44. பழியஞ்சிப் பாத்தூண் உடைத்தாயின் வாழ்க்கை
    வழியெஞ்சல் எஞ்ஞான்றும் இல்.

45. அன்பும் அறனும் உடைத்தாயின் இல்வாழ்க்கை
    பண்பும் பயனும் அது.

46. அறத்தாற்றின் இல்வாழ்க்கை ஆற்றின் புறத்தாற்றின்
    போஒய்ப் பெறுவ தெவன்.

47. இயல்பினான் இல்வாழ்க்கை வாழ்பவன் என்பான்
    முயல்வாருள் எல்லாம் தலை.

48. ஆற்றின் ஒழுக்கி அறனிழுக்கா இல்வாழ்க்கை
    நோற்பாரின் நோன்மை உடைத்து.

49. அறனெனப் பட்டதே இல்வாழ்க்கை அஃதும்
    பிறன்பழிப்ப தில்லாயின் நன்று.

50. வையத்துள் வாழ்வாங்கு வாழ்பவன் வான்உறையும்
    தெய்வத்துள் வைக்கப் படும்.

٦. الزوجة الصالحة

٥١. المرأة التي تحسن إدارة البيت وتصرف عليه حسب دخل زوجها تعتبر قدوة للنساء.

٥٢. المرأة التي لا تتقن الأمور العائلية تعد حياتها فاشلة مهما كانت عظمتها في أمور أخرى.

٥٣. من كانت زوجته صالحة فكأنما ملك كل شيء ومن كانت زوجته طالحة فكأنما خسر كل شيء.

٥٤. ليس هناك شيء خير من المرأة العفيفة.

٥٥. إذا لم تكن تعبد ربها ولكن أطاعت زوجها فقد بلغت من الكرامة حتى تمطر السماء إن قالت لها أمطري!

٥٦. المرأة هي التي تحصن نفسها وتطيع زوجها وتحافظ على كرامتها وتثبت في مسيرة حياتها.

٥٧. لا تُحرس المرأة بسجنها في بيتها إنما حراستها عفتها نفسها.

٥٨. إذا أدت النساء ما عليهن واحترمن أزواجهن فسيُحترمن في السماء.

٥٩. لا يمشي مشية الليث بين المتغامزين من كانت زوجته لا تصون عفتها.

٦٠. حسن أخلاق المرأة نعمة وإنجابها الأولاد الصالحين تزيين لتلك النعمة.

6. வாழ்க்கைத் துணைநலம்

51. மனைத்தக்க மாண்புடையள் ஆகித்தற் கொண்டான்
    வளத்தக்காள் வாழ்க்கைத் துணை.

52. மனைமாட்சி இல்லாள்கண் இல்லாயின் வாழ்க்கை
    எனைமாட்சித் தாயினும் இல்.

53. இல்லதென் இல்லவள் மாண்பானால் உள்ளதென்
    இல்லவள் மாணாக் கடை.

54. பெண்ணின் பெருந்தக்க யாவுள கற்பென்னும்
    திண்மைஉண் டாகப் பெறின்.

55. தெய்வம் தொழாஅள் கொழுநன் தொழுதெழுவாள்
    பெய்யெனப் பெய்யும் மழை.

56. தற்காத்துத் தற்கொண்டான் பேணித் தகைசான்ற
    சொற்காத்துச் சோர்விலாள் பெண்.

57. சிறைகாக்கும் காப்பெவன் செய்யும் மகளிர்
    நிறைகாக்கும் காப்பே தலை.

58. பெற்றான் பெறின்பெறுவர் பெண்டிர் பெருஞ்சிறப்புப்
    புத்தேளிர் வாழும் உலகு.

59. புகழ்புரிந்த இல்லிலோர்க்கு இல்லை இகழ்வார்முன்
    ஏறுபோல் பீடு நடை.

60. மங்கலம் என்ப மனைமாட்சி மற்றுஅதன்
    நன்கலம் நன்மக்கட் பேறு.

٧. نعمة الأولاد

٦١. مِن أكبر النعم التي نحصل عليها نعمة الأولاد العقلاء ولا نعرف نعمة أعظم منها.

٦٢. مَن أنجب الأولاد أولي أوصاف جميلة فلا يبتلى في أجياله السبعة.

٦٣. قال الناس إن أولادهم ثروة وما هي إلا نتيجة أعمالهم.

٦٤. ما أعدته أيدي الأولاد الصغيرة من الطعام أحلى عند الأبوين من طعام الجنة.

٦٥. لمس أبدان الأطفال يبعث السرور على الأبدان وسماع كلامهم يبعث السرور على الآذان.

٦٦. يقولون إن صوت الطنبورة والعود أحلى، ذلك قول الذين لم يصغوا إلى لُثغة أطفالهم.

٦٧. من أحسن تربية الأب لابنه تسليحه بالعلم الذي يرفعه إلى مكانة مرموقة بين أهل العلم.

٦٨. تعلم الأطفال العلم يسعد أرواحنا بل يسعد أرواح العالم أجمع.

٦٩. الأم تفرح عندما تسمع إشادة الناس بابنها أكثر من فرحها يوم ولدته.

٧٠. أفضل تعويض الابن لأبيه أن يجعل الناس يهتفون: ما أحسن حظ هذا الوالد من هذا الولد!

7. புதல்வரைப் பெறுதல்

61. பெறுமவற்றுள் யாமறிவ(து) இல்லை அறிவறிந்த
    மக்கட்பே(று) அல்ல பிற.

62. எழுபிறப்பும் தீயவை தீண்டா பழிபிறங்காப்
    பண்புடை மக்கட் பெறின்.

63. தம்பொருள் என்பதம் மக்கள் அவர்பொருள்
    தம்தம் வினையான் வரும்.

64. அமிழ்தினும் ஆற்ற இனிதேதம் மக்கள்
    சிறுகை அளாவிய கூழ்.

65. மக்கள்மெய் தீண்டல் உடற்கின்பம் மற்றுஅவர்
    சொற்கேட்டல் இன்பம் செவிக்கு.

66. குழல்இனிது யாழ்இனிது என்பதம் மக்கள்
    மழலைச்சொல் கேளா தவர்.

67. தந்தை மகற்காற்றும் நன்றி அவையத்து
    முந்தி இருப்பச் செயல்.

68. தம்மின்தம் மக்கள் அறிவுடைமை மாநிலத்து
    மன்னுயிர்க் கெல்லாம் இனிது.

69. ஈன்ற பொழுதின் பெரிதுவக்கும் தன்மகனைச்
    சான்றோன் எனக்கேட்ட தாய்.

70. மகன்தந்தைக்(கு) ஆற்றும் உதவி இவன்தந்தை
    என்நோற்றான் கொல்எனும் சொல்.

٨. الحب

٧١. هل يخفى أمر الحب يوماً؟
دموع العاشقين تكشف حبهم للناس.

٧٢. الذي لا يحب يظن أنه يختص بكل شي
والذي يحب يظن أنه لا يختص بشيء حتى جسمه.

٧٣. قال الحكيم: إن سعي الروح ليتوحد بالحب
أنتج اتحاد الروح بالجسم.

٧٤. الحب يوجب شعور الاهتمام بالآخرين
ثم ذلك الشعور يوجب الصداقة.

٧٥. السعادة التي تحصل في الدنيا للناس
إنما هي ثمرة حسن معاشرتهم أهليهم بالحب.

٧٦. يقول الذي لا يعلم إن الحب يورث الصدق
ومن أمعن النظر يعلم بأنه يورث الشجاعة أيضاً.

٧٧. رب المحبة يحرق الذين لا يحبون
كما تحرق الشمس الدود.

٧٨. الإنسان الذي لا يحب قلبه
كمثل شجرة في الأرض السبخة.

٧٩. ماذا عسى يستفاد من ظواهر الجسم
إذا كان الجسم قد تخلى من الباطن أي المحبة؟

٨٠. الجسم الذي اشتمل على الحب هو جسم بالروح
والذي تخلى من الحب إنما هو عظام مكسوة بالجلد.

8. அன்புடைமை

71. அன்பிற்கும் உண்டோ அடைக்குந்தாழ் ஆர்வலர்
    புன்கணீர் பூசல் தரும்.

72. அன்பிலார் எல்லாம் தமக்குரியர் அன்புடையார்
    என்பும் உரியர் பிறர்க்கு.

73. அன்போ(டு) இயைந்த வழக்கென்ப ஆருயிர்க்கு
    என்போ(டு) இயைந்த தொடர்பு.

74. அன்புஈனும் ஆர்வம் உடைமை அதுஈனும்
    நண்புஎன்னும் நாடாச் சிறப்பு.

75. அன்புற்(று) அமர்ந்த வழக்கென்ப வையகத்து
    இன்புற்றார் எய்தும் சிறப்பு.

76. அறத்திற்கே அன்புசார் பென்ப அறியார்
    மறத்திற்கும் அஃதே துணை.

77. என்பி லதனை வெயில்போலக் காயுமே
    அன்பி லதனை அறம்.

78. அன்பகத் தில்லா உயிர்வாழ்க்கை வன்பாற்கண்
    வற்றல் மரந்தளிர்த் தற்று.

79. புறத்துறுப் பெல்லாம் எவன்செய்யும் யாக்கை
    அகத்துறுப்பு அன்பி லவர்க்கு.

80. அன்பின் வழியது உயிர்நிலை அஃதிலார்க்கு
    என்புதோல் போர்த்த உடம்பு.

٩. إكرام الضيوف

٨١. إنما عمران الديار وجمع الأموال لإكرام الضيوف وخدمتهم.

٨٢. لا يليق بالمرء أن يأكل وحده وضيفه بالباب ينتظره ولو كان ما يأكله طعام الجنة.

٨٣. من أكرم ضيفه برحابة الصدر فلا يخشى عليه بالفقر.

٨٤. من استضاف بسعة الصدر ضيفه غشيت ملائكة الرحمة بيته.

٨٥. من قدم ضيفه في الطعام ثم أكل ما تبقّى كفاه كسبه وكثر محصوله بدون غرس البذرة.

٨٦. من يرحب بضيف ويرتقب آخر يرحب به من في السماء.

٨٧. لا توزن ثمرات الضيافة بل وزنها قيمة الضيف نفسه.

٨٨. من لم يكرم ضيفه ولم يجنِ ثمار ضيافته يندم يوماً "ياويحنا ما نفعنا مال وفير ولا نصرنا نصير"

٨٩. من لا يعرف للضيف حقه فهو فقير مع ماله والمال مال الأحمق.

٩٠. من صعر خده للضيف كسر قلبه مثل من شم زهرة "أنيجا" كمشها.

9. விருந்தோம்பல்

81. இருந்தோம்பி இல்வாழ்வ தெல்லாம் விருந்தோம்பி
    வேளாண்மை செய்தற் பொருட்டு.

82. விருந்து புறத்ததாத் தானுண்டல் சாவா
    மருந்தெனினும் வேண்டற்பாற் றன்று.

83. வருவிருந்து வைகலும் ஓம்புவான் வாழ்க்கை
    பருவந்து பாழ்படுதல் இன்று.

84. அகனமர்ந்து செய்யாள் உறையும் முகனமர்ந்து
    நல்விருந்து ஓம்புவான் இல்.

85. வித்தும் இடல்வேண்டும் கொல்லோ விருந்தோம்பி
    மிச்சில் மிசைவான் புலம்.

86. செல்விருந்து ஓம்பி வருவிருந்து பார்த்திருப்பான்
    நல்விருந்து வானத் தவர்க்கு.

87. இனைத்துணைத் தென்பதொன் றில்லை விருந்தின்
    துணைத்துணை வேள்விப் பயன்.

88. பரிந்தோம்பிப் பற்றற்றேம் என்பர் விருந்தோம்பி
    வேள்வி தலைப்படா தார்.

89. உடைமையுள் இன்மை விருந்தோம்பல் ஓம்பா
    மடமை மடவார்கண் உண்டு.

90. மோப்பக் குழையும் அனிச்சம் முகந்திரிந்து
    நோக்கக் குழையும் விருந்து.

١٠. الكلمات الطيبة

٩١. الكلمات الطيبة هي التي خرجت من فم الرجل
ملتفة بالحب والصدق ومتخلصة من المكر.

٩٢. القول الحسن مع طلاقة الوجه
خير من الهدية التي قدمت من شغاف القلب.

٩٣. القول الحسن مع رحابة الصدر وحسن المنظر
من كريم السجايا.

٩٤. من قال للناس حسنا
فلا يخاف عليه بالفقر المدقع.

٩٥. اللين والقول الجميل من شيم الرجال
وأما غيرهما فلا.

٩٦. من قال للناس قولا لينا راغبا في الخير
كفرت خطاياه وحسنت سجاياه.

٩٧. الجميل من القول والحلو من الكلام
يفضيان بالمرء إلى الخير والسعادة.

٩٨. الكلام الجميل غير المسيء
يسعد المرء في دنياه وفي أخراه.

٩٩. لمَ يسيء المرء في الكلام
وهو يرى أن الإحسان في الكلام يورث الفرح؟

١٠٠. من تكلم سيئا مع وجود حسن
كمثل من يجني ثمارا لم تنضج مع وجود ما قد نضج.

10. இனியவை கூறல்

91. இன்சொலால் ஈரம் அளைஇப் படி(று)இலவாம்
    செம்பொருள் கண்டார்வாய்ச் சொல்.

92. அகன்அமர்ந்து ஈதலின் நன்றே முகனமர்ந்து
    இன்சொலன் ஆகப் பெறின்.

93. முகத்தான் அமர்ந்(து)இனிது நோக்கி அகத்தானாம்
    இன்சொ லினதே அறம்.

94. துன்புறூஉம் துவ்வாமை இல்லாகும் யார்மாட்டும்
    இன்புறூஉம் இன்சொ லவர்க்கு.

95. பணிவுடையன் இன்சொலன் ஆதல் ஒருவற்(கு)
    அணியல்ல மற்றுப் பிற.

96. அல்லவை தேய அறம்பெருகும் நல்லவை
    நாடி இனிய சொலின்.

97. நயன்ஈன்று நன்றி பயக்கும் பயன்ஈன்று
    பண்பின் தலைப்பிரியாச் சொல்.

98. சிறுமையுள் நீங்கிய இன்சொல் மறுமையும்
    இம்மையும் இன்பம் தரும்.

99. இன்சொல் இனிதீன்றல் காண்பான் எவன்கொலோ
    வன்சொல் வழங்கு வது.

100. இனிய உளவாக இன்னாத கூறல்
     கனிஇருப்பக் காய்கவர்ந் தற்று.

١١. الشكر

١٠١. من قدم معروفا بغير مقابل
فجزاءه أعظم من الأرض والسماء.

١٠٢. من صنع معروفا ولو كان صغيرا عند أمس الحاجة إليه
يعد أكبر من الأرض بكثير.

١٠٣. من أحسن إلى الغير ولم ينتظر التعويض
فجزاءه أوسع من البحر.

١٠٤. لو كان العون أصغر من الحبة
لجعله من كان يعرف ما للعون من الفضائل مثل النخلة.

١٠٥. لا يعادل مقابل العون بالعون نفسه
بل تتم معادلة العون بأوصاف الذي أخذه.

١٠٦. لا تنس مصاحبة الرجال الذين صفت قلوبهم
ولا تغفل عن صداقة الذين آزروك في الحاجة.

١٠٧. الصالح يذكر أبد الآبدين
من أزال مصائبه ونوائبه.

١٠٨. نسيان الإحسان إليك ليس بحسنٍ
وحسنٌ نسيان الإساءة سريعاً.

١٠٩. تذكّرك إحسان أحدٍ إليك يهون عليك إجراحه لك
ولو يفضي بك إلى القتل.

١١٠. قد يعفى عن كل خطيئة
إلا خطيئة من يخون المحسنَ إليه.

11. செய்ந்நன்றி அறிதல்

101. செய்யாமல் செய்த உதவிக்கு வையகமும்
வானகமும் ஆற்றல் அரிது.

102. காலத்தி னாற்செய்த நன்றி சிறிதெனினும்
ஞாலத்தின் மாணப் பெரிது.

103. பயன்தூக்கார் செய்த உதவி நயன்தூக்கின்
நன்மை கடலின் பெரிது.

104. தினைத்துணை நன்றி செயினும் பனைத்துணையாக்
கொள்வர் பயன்தெரி வார்.

105. உதவி வரைத்தன்(று) உதவி உதவி
செயப்பட்டார் சால்பின் வரைத்து.

106. மறவற்க மாசற்றார் கேண்மை துறவற்க
துன்பத்துள் துப்பாயார் நட்பு.

107. எழுமை எழுபிறப்பும் உள்ளுவர் தங்கண்
விழுமந் துடைத்தவர் நட்பு.

108. நன்றி மறப்பது நன்றன்று நன்றல்லது
அன்றே மறப்பது நன்று.

109. கொன்றன்ன இன்னா செயினும் அவர்செய்த
ஒன்றுநன்று உள்ளக் கெடும்.

110. எந்நன்றி கொன்றார்க்கும் உய்வுண்டாம் உய்வில்லை
செய்ந்நன்றி கொன்ற மகற்கு.

١٢. العدل

١١١. العدل في التعامل مع الناس هو الدين حقيقةً.

١١٢. ثروة العادل لا تتنقص أبداً بل هي مصدر رزق لذريته.

١١٣. ذر المال الذي اكتسبته بغير عدل ولو فيه شيء من النفع.

١١٤. من عدل ومن لم يعدل فسيتبين ذلك من أعماله فقط.

١١٥. النجاح والإخفاق لا بد منهما، فانشغال الرجال بالعدل دائماً من زينتهم.

١١٦. ليعلمن المرء أنه سيهلك إذا ضربت نفسه الصفح عن العدل وعملت بغير مقتضاه.

١١٧. الخلق لا يعيرون الاحتقار بالزاهد العادل إذا افتقر.

١١٨. أن يكون القسطاس مستقيما ولا يترجح أحد كفتيه، ذلك هو العدل ومن أزين الشيم للرجال.

١١٩. من ليس في قلبه اعوجاج فلا يعوج لسانه، هذا هو العدل.

١٢٠. التاجر الصديق هو من يبذل العناية ببضاعة غيره كبضاعته.

12. நடுவு நிலைமை

111. தகுதி எனவொன்று நன்றே பகுதியால்
பாற்பட்(டு) ஒழுகப் பெறின்.

112. செப்பம் உடையவன் ஆக்கஞ் சிதைவின்றி
எச்சத்திற் கேமாப்(பு) உடைத்து.

113. நன்றே தரினும் நடுவிகந்தாம் ஆக்கத்தை
அன்றே யொழிய விடல்.

114. தக்கார் தகவிலர் என்ப(து) அவரவர்
எச்சத்தாற் காணப் படும்.

115. கேடும் பெருக்கமும் இல்லல்ல நெஞ்சத்துக்
கோடாமை சான்றோர்க் கணி.

116. கெடுவல்யான் என்ப(து) அறிகதன் நெஞ்சம்
நடுவொரீஇ அல்ல செயின்.

117. கெடுவாக வையா(து) உலகம் நடுவாக
நன்றிக்கண் தங்கியான் தாழ்வு.

118. சமன்செய்து சீர்தூக்குங் கோல்போல் அமைந்தொருபால்
கோடாமை சான்றோர்க் கணி.

119. சொற்கோட்டம் இல்லது செப்பம் ஒருதலையா
உட்கோட்டம் இன்மை பெறின்.

120. வாணிகம் செய்வார்க்கு வாணிகம் பேணிப்
பிறவும் தமபோல் செயின்.

١٣. كباح النفس

١٢١. من دان نفسه يعد من أهل السماء ومن لم يدنها يعد من أهل النار.

١٢٢. كباح النفس كنز فليُحرس عليه ولا يعدله شيء في الكون.

١٢٣. من عرف حكمة ضبط النفس ثم تشبث بها فسيمتاز بين أهل الفكر والصلاح أبدا.

١٢٤. من كابح نفسه وخالط الناس بالصبر عليهم فهو أعلى من الجبل في الشماخة.

١٢٥. من تواضع فهو خير له ولغيره خاصة للغني لأن التواضع يعد أحد أصناف ماله.

١٢٦. من حرس نفسه من مضار الحواس الخمس مثل السلحفاة فسيجد آثار حراسته في الأجيال السبعة.

١٢٧. احفظ لسانك بدقة وإلا تندم على هفواته.

١٢٨. من أساء بلسانه مرة فقد سائت حسناته جمعاء.

١٢٩. قد تعالج كلوم النيران ولا تعالج كلوم اللسان.

١٣٠. الدين يعتز بالمرء الذي يضبط نفسه ويكظم غيظه بالحكمة.

13. அடக்கமுடைமை

121. அடக்கம் அமரருள் உய்க்கும் அடங்காமை
 ஆரிருள் உய்த்து விடும்.

122. காக்க பொருளா அடக்கத்தை ஆக்கம்
 அதனினூஉங் கில்லை உயிர்க்கு.

123. செறிவறிந்து சீர்மை பயக்கும் அறிவறிந்து
 ஆற்றின் அடங்கப் பெறின்.

124. நிலையின் திரியாது அடங்கியான் தோற்றம்
 மலையினும் மாணப் பெரிது.

125. எல்லார்க்கும் நன்றாம் பணிதல் அவருள்ளும்
 செல்வர்க்கே செல்வம் தகைத்து.

126. ஒருமையுள் ஆமைபோல் ஐந்தடக்கல் ஆற்றின்
 எழுமையும் ஏமாப் புடைத்து.

127. யாகாவா ராயினும் நாகாக்க காவாக்கால்
 சோகாப்பர் சொல்லிழுக்குப் பட்டு.

128. ஒன்றானுந் தீச்சொல் பொருட்பயன் உண்டாயின்
 நன்றாகா தாகி விடும்.

129. தீயினாற் சுட்டபுண் உள்ளாறும் ஆறாதே
 நாவினாற் சுட்ட வடு.

130. கதங்காத்துக் கற்றடங்கல் ஆற்றுவான் செவ்வி
 அறம்பார்க்கும் ஆற்றின் நுழைந்து.

١٤. حسن السلوك

١٣١. إذا كان المجد يشيَّد بحسن السلوك فلتكن العناية به أكثر من العناية بالحياة.

١٣٢. حسِّن سلوكك وأتعب نفسك في الحفاظ عليه.

١٣٣. حسن السلوك يدل على شهامة المرء وسوئه يدل على خفته.

١٣٤. إذا نسي الحكيم الكتاب فبإمكانه استرجاعه ولكن إذا ساء سلوكه ضاع صيته.

١٣٥. لا غنى للحاسد وكذلك لا فضل لمن لم يحسن سلوكه في الحياة.

١٣٦. قوي النفس يشتد حفاظه على حسن السلوك لإنه يعلم أن سوء السلوك لا تحمد عقباه.

١٣٧. بحسن السلوك يُنال المجد وبسوءه ينهار المجد.

١٣٨. حسن السلوك بذرة أعمال السعادة وسوئه يوجب الشقاوة.

١٣٩. يستحيل لحسن السلوك أن يقول شرا ولو بسبقة لسانه.

١٤٠. من لم يعلم سلوك الكبار الحسن فهو جاهل ولو درس الكتب الكثيرة.

14. ஒழுக்கமுடைமை

131. ஒழுக்கம் விழுப்பந் தரலான் ஒழுக்கம்
உயிரினும் ஓம்பப் படும்.

132. பரிந்தோம்பிக் காக்க ஒழுக்கம் தெரிந்தோம்பித்
தேரினும் அஃதே துணை.

133. ஒழுக்கம் உடைமை குடிமை இழுக்கம்
இழிந்த பிறப்பாய் விடும்.

134. மறப்பினும் ஓத்துக் கொளலாகும் பார்ப்பான்
பிறப்பொழுக்கங் குன்றக் கெடும்.

135. அழுக்கா றுடையான்கண் ஆக்கம்போன்(று) இல்லை
ஒழுக்க மிலான்கண் உயர்வு.

136. ஒழுக்கத்தின் ஒல்கார் உரவோர் இழுக்கத்தின்
ஏதம் படுபாக் கறிந்து.

137. ஒழுக்கத்தின் எய்துவர் மேன்மை இழுக்கத்தின்
எய்துவர் எய்தாப் பழி.

138. நன்றிக்கு வித்தாகும் நல்லொழுக்கம் தீயொழுக்கம்
என்றும் இடும்பை தரும்.

139. ஒழுக்க முடையவர்க்கு ஒல்லாவே தீய
வழுக்கியும் வாயாற் சொலல்.

140. உலகத்தோ(டு) ஒட்ட ஒழுகல் பலகற்றும்
கல்லார் அறிவிலா தார்.

١٥. عدم الطمع في حليلة الغير

١٤١. من زانت أخلاقه وحسنت معاملته مع الناس فلا يهوى زوجة غيره.

١٤٢. سيد الحمقى من يلزم أبواب الآخرين طمعا في زوجاتهم.

١٤٣. من أساء إلى زوجة غيره الذي ائتمنه عليها فهو أذلُّ من جيفة منتنة.

١٤٤. من أتى حليلة غيره فسيفقد عظمته ولو كان كبير قومه.

١٤٥. من ظن أن المراودة عن أهل غيره أمر مستهان فقد أُلبِس لباس العار والهون.

١٤٦. من نهم في أهل غيره ابتلي بأربعة: العداوة والإثم والخوف والفضيحة.

١٤٧. راعي الأسرة الصادق من لا يستمتع بجمال زوجة غيره.

١٤٨. إن غض البصر عن حليلة الغير من آداب رجال الحق بل هو أكمل الآداب.

١٤٩. من لم يقع في الزنا مع حليلة غيره فإنه يستحق خيرات الدنيا التي أحيطت بماء البحر.

١٥٠. من لم يفعل خيراً قط فخير له أن لا يطمع في المرءة التي ليست له.

15. பிறனில் விழையாமை

141. பிறன்பொருளாள் பெட்டொழுகும் பேதைமை ஞாலத்து
     அறம்பொருள் கண்டார்கண் இல்.

142. அறன்கடை நின்றாருள் எல்லாம் பிறன்கடை
     நின்றாரின் பேதையார் இல்.

143. விளிந்தாரின் வேறல்லர் மன்ற தெளிந்தாரில்
     தீமை புரிந்தொழுகு வார்.

144. எனைத்துணையர் ஆயினும் என்னாம் தினைத்துணையும்
     தேரான் பிறனில் புகல்.

145. எளிதென இல்லிறப்பான் எய்துமெஞ் ஞான்றும்
     விளியாது நிற்கும் பழி.

146. பகைபாவம் அச்சம் பழியென நான்கும்
     இகவாவாம் இல்லிறப்பான் கண்.

147. அறனியலான் இல்வாழ்வான் என்பான் பிறனியலாள்
     பெண்மை நயவா தவன்.

148. பிறன்மனை நோக்காத பேராண்மை சான்றோர்க்(கு)
     அறனொன்றோ ஆன்ற வொழுக்கு.

149. நலக்குரியார் யாரெனின் நாமநீர் வைப்பின்
     பிறர்க்குரியாள் தோள்தோயா தார்.

150. அறன்வரையான் அல்ல செயினும் பிறன்வரையாள்
     பெண்மை நயவாமை நன்று.

١٦. التحمل

.١٥١ تحمَّل من يسيء إلينا
كما تتحمّل الأرض من يحفرها أول فضيلة.

.١٥٢ من تحمل أشد الإساءة إليه ثم عفا عنها
فهو أعظم درجة ممن تحملها ولم يعف عنها.

.١٥٣ أفقر الفقراء من رد ضيفه،
أفضل الفضلاء من تحمل الإسائة.

.١٥٤ من أراد تتميم مكارم أخلاقه
فليغرس في نفسه التحمل.

.١٥٥ العالَم لا يحترم المنتقمَ
بل يكنز ذكريات الصبر مثلما يكنز الذهب.

.١٥٦ من انتقم سُرّ ليوم
ومن صبر يبقى سروره ما ذر شارق.

.١٥٧ إذا أسيء إلى المرء فليتحمل
وخير له أن ينزع عن رد الإسائة.

.١٥٨ استعبد من أساء إليك جهلاً
بصبرك عليه.

.١٥٩ من تحمل كلمات الظالم الفاحشة
فهو أعظم درجة من الزاهد.

.١٦٠ عظيم من زهد في الأكل والشرب،
وأعظم منه من لم يكترث بمن أساء القول إليه.

16. பொறையுடைமை

151. அகழ்வாரைத் தாங்கும் நிலம்போலத் தம்மை
இகழ்வார்ப் பொறுத்தல் தலை.

152. பொறுத்தல் இறப்பினை என்றும் அதனை
மறத்தல் அதனினும் நன்று.

153. இன்மையுள் இன்மை விருந்தொரால் வன்மையுள்
வன்மை மடவார்ப் பொறை.

154. நிறையுடைமை நீங்காமை வேண்டின் பொறையுடைமை
போற்றி யொழுகப் படும்.

155. ஒறுத்தாரை ஒன்றாக வையாரே வைப்பர்
பொறுத்தாரைப் பொன்போற் பொதிந்து.

156. ஒறுத்தார்க்(கு) ஒருநாளை இன்பம் பொறுத்தார்க்குப்
பொன்றுந் துணையும் புகழ்.

157. திறனல்ல தற்பிறர் செய்யினும் நோநொந்(து)
அறனல்ல செய்யாமை நன்று.

158. மிகுதியான் மிக்கவை செய்தாரைத் தாந்தம்
தகுதியான் வென்று விடல்.

159. துறந்தாரின் தூய்மை உடையர் இறந்தார்வாய்
இன்னாச்சொல் நோற்கிற் பவர்.

160. உண்ணாது நோற்பார் பெரியர் பிறர்சொல்லும்
இன்னாச்சொல் நோற்பாரின் பின்.

١٧. الخلو من الحسد

١٦١. ليكن أعظم خصال المرء
الخلو من الحسد.

١٦٢. الصفو من الحسد
سجية لا تعدلها سجية أخرى.

١٦٣. من حسد أخاه في ماله ولم يحتفل بنموه
لا يستحق المال ولا الجاه.

١٦٤. العاقل من عَلِمَ العار الذي سيلحقه بسوء الشيم،
ولم يعمل السوء حسدا من عند نفسه.

١٦٥. الحاسد يكفيه حسده لتدميره
ولا يحتاج إلى عدو يدمره.

١٦٦. من حسد شخصاً في مساعدة الناس له
فستهلك ذريته جوعاً وعُرِيّاً.

١٦٧. من غمره الحسد تُمحَق البركة من بيته
وتنوبه شدائد الدهر.

١٦٨. الحسد المبغوض يتلف ثروة المرء في الدنيا
ويهوي به في ضحضاح من النار.

١٦٩. ينبغي التفكر في شأن رُقي الحاسد
وفقر الصالح.

١٧٠. أخو الحسد لن ينال العظمة
وتاركه لا يكون إلا عظيماً.

17. அழுக்காறாமை

161. ஒழுக்காறாக் கொள்க ஒருவன்தன் நெஞ்சத்(து)
    அழுக்கா(று) இலாத இயல்பு.

162. விழுப்பேற்றின் அஃதொப்ப(து) இல்லையார் மாட்டும்
    அழுக்காற்றின் அன்மை பெறின்.

163. அறன்ஆக்கம் வேண்டாதான் என்பான் பிறனாக்கம்
    பேணா(து) அழுக்கறுப் பான்.

164. அழுக்காற்றின் அல்லவை செய்யார் இழுக்காற்றின்
    ஏதம் படுபாக்(கு) அறிந்து.

165. அழுக்கா(று) உடையார்க்(கு) அதுசாலும் ஒன்னார்
    வழுக்கியும் கேடீன் பது.

166. கொடுப்ப(து) அழுக்கறுப்பான் சுற்றம் உடுப்பதூஉம்
    உண்பதூஉம் இன்றிக் கெடும்.

167. அவ்வித்(து) அழுக்கா(று) உடையானைச் செய்யவள்
    தவ்வையைக் காட்டி விடும்.

168. அழுக்கா(று) எனஒரு பாவி திருச்செற்றுத்
    தீயுழி உய்த்து விடும்.

169. அவ்விய நெஞ்சத்தான் ஆக்கமும் செவ்வியான்
    கேடும் நினைக்கப் படும்.

170. அழுக்கற்று அகன்றாரும் இல்லை அஃதுஇல்லார்
    பெருக்கத்தின் தீர்ந்தாரும் இல்.

١٨. عدم الطمع في مال الغير

١٧١. من طمع في مال غيره بغير حق
فقد طُمِس أهله واعتراه الذل.

١٧٢. من كان يكره أن يكون غير صالح
فلا يطمع في تحصيل شيء بطريق مكروه.

١٧٣. من تاقت نفسه إلى أكبر السعادة
فلا يتبع هواه في تحصيل الدنيا الدنية ظلماً.

١٧٤. من دان حواسه الخمس ولم يرتكب معصية
فلا يطمع في مال غيره بادعاء أنه فقير.

١٧٥. ماذا عسى يستفيد المرء من عقله وذكائه
إذا طمع في مال غيره غباءً؟

١٧٦. من يَسِرْ في جادة الحياة زاهداً يهلكْ
إذا أراد أن يقترف معصية طمعاً.

١٧٧. لا تتمنَّ ثمار الطمع
فإنه لا طعم ولا خير في ثماره.

١٧٨. عدم الطمع في مال الغير
يوجب ازدياد المال.

١٧٩. البركة تغشى بيت الصالح الذي لا يطمع في مال غيره
عالماً بأن عدم الطمع فضيلة.

١٨٠. الطمع الزائد في مال الغير
يوجب الهلاك و ترك الطمع يوجب الفوز.

18. வெஃகாமை

171. நடுவின்றி நன்பொருள் வெஃகின் குடிபொன்றிக்
குற்றமும் ஆங்கே தரும்.

172. படுபயன் வெஃகிப் பழிப்படுவ செய்யார்
நடுவன்மை நாணு பவர்.

173. சிற்றின்பம் வெஃகி அறனல்ல செய்யாரே
மற்றின்பம் வேண்டு பவர்.

174. இலமென்று வெஃகுதல் செய்யார் புலம்வென்ற
புன்மையில் காட்சி யவர்.

175. அஃகி அகன்ற அறிவென்னாம் யார்மாட்டும்
வெஃகி வெறிய செயின்.

176. அருள்வெஃகி ஆற்றின்கண் நின்றான் பொருள்வெஃகிப்
பொல்லாத சூழக் கெடும்.

177. வேண்டற்க வெஃகியாம் ஆக்கம் விளைவயின்
மாண்டற் கரிதாம் பயன்.

178. அஃகாமை செல்வத்திற்(கு) யாதெனின் வெஃகாமை
வேண்டும் பிறன்கைப் பொருள்.

179. அறனறிந்து வெஃகா அறிவுடையார்ச் சேரும்
திறன்அறிந் தாங்கே திரு.

180. இறலீனும் எண்ணாது வெஃகின் விறல்ஈனும்
வேண்டாமை என்னுஞ் செருக்கு.

١٩. عدم الغيبة

١٨١. إذا قيل عن المرء إنه لا يغتاب فهو خير له
ولو عاش في الذنوب ولم يقل خيراً قطّاً!

١٨٢. من اغتاب أخاه ثم تبسم في وجهه مستهتراً
فتبسمه أكبر من ارتكاب كل جريمة وإفساد جميع سجايا.

١٨٣. الموت لأجل الفقر أهون من الغيبة
ويورث للميت ما وعدته الصحف السماوية من النعيم.

١٨٤. إذا أساء المرء إليك في وجهك
أفضل من أن يغتابك بما لا تحمد عقباه في ظهر الغيب.

١٨٥. من اغتاب
أظهر أن قلبه خال من التقوى.

١٨٦. من أشاع عيوب غيره
شاعت عيوبه بين الناس.

١٨٧. من لم يعرف كيف يبني الصداقة بالقول الحسن،
فسوف ينفر الأصدقاء القدامى بالغيبة.

١٨٨. من يحب أن ينشر عيوب الزملاء
فماذا يصنع بالغرباء؟

١٨٩. من خيرات الأرض أنها تحمل ثقل المرء
الذي ينتظر انصراف صديقه ثم يغتابه.

١٩٠. لن يمس المرء الضر
إذا رأى عيبه مثل ما يرى عيب غيره.

19. புறங்கூறாமை

181. அறங்கூறான் அல்ல செயினும் ஒருவன்
     புறங்கூறான் என்றல் இனிது.

182. அறனழீஇ அல்லவை செய்தலின் தீதே
     புறனழீஇப் பொய்த்து நகை.

183. புறங்கூறிப் பொய்த்துயிர் வாழ்தலின் சாதல்
     அறங்கூறும் ஆக்கந் தரும்.

184. கண்ணின்று கண்ணறச் சொல்லினும் சொல்லற்க
     முன்னின்று பின்நோக்காச் சொல்

185. அறஞ்சொல்லும் நெஞ்சத்தான் அன்மை புறஞ்சொல்லும்
     புன்மையாற் காணப் படும்.

186. பிறன்பழி கூறுவான் தன்பழி யுள்ளும்
     திறன்தெரிந்து கூறப் படும்.

187. பகச்சொல்லிக் கேளிர்ப் பிரிப்பர் நகச்சொல்லி
     நட்பாடல் தேற்றா தவர்.

188. துன்னியார் குற்றமும் தூற்றும் மரபினார்
     என்னைகொல் ஏதிலார் மாட்டு.

189. அறன்நோக்கி ஆற்றுங்கொல் வையம் புறன்நோக்கிப்
     புன்சொல் உரைப்பான் பொறை.

190. ஏதிலார் குற்றம்போல் தங்குற்றங் காண்கிற்பின்
     தீதுண்டோ மன்னும் உயிர்க்கு.

٢٠. إجتناب الكلام الفارغ

١٩١. من تكلم بكلام فارغ يعافه العقلاء
فقد كرَّه إلى نفسه عامةَ الناس.

١٩٢. الكلام بدون جدوى في مشهد الناس
أضل من الإساءة إلى الأصدقاء.

١٩٣. ما يدل على بلادة المرء
اشتغاله بالكلام الذي لا يعود عليه بفائدة.

١٩٤. الكلام الذي لا وزن له، إذا قيل في مشهد الخلق
فسدت شيم صاحبه الجميلة.

١٩٥. إذا تكلم المرء بما لا ينفع
ذهبت عظمته وهيبته.

١٩٦. لا تقل للذي ضاع كلامه رجلاً
ولكن قل له قشاً بين الناس.

١٩٧. ليقل العاقل قولاً غليظاً
ولا يقل قولاً فارغاً.

١٩٨. العاقل الذي يعُدُّ كلماته
لا يلهج لسانه إلا ما له قيمة.

١٩٩. العقلاء الذين قلت أخطائهم
لا يقولون إلا ما له فائدة ولو بالنسيان.

٢٠٠. قل ما له فائدة
ولا تقل ما ليس له فائدة.

20. பயனில சொல்லாமை

191. பல்லார் முனியப் பயனில சொல்லுவான்
எல்லாரும் எள்ளப் படும்.

192. பயனில பல்லார்முன் சொல்லல் நயனில
நட்டார்கண் செய்தலிற் றீது.

193. நயனிலன் என்பது சொல்லும் பயனில
பாரித் துரைக்கும் உரை.

194. நயன்சாரா நன்மையின் நீக்கும் பயன்சாராப்
பண்பில்சொல் பல்லா ரகத்து.

195. சீர்மை சிறப்பொடு நீங்கும் பயனில
நீர்மை யுடையார் சொலின்.

196. பயனில்சொல் பாராட்டு வானை மகன்எனல்
மக்கட் பதடி யெனல்.

197. நயனில சொல்லினுஞ் சொல்லுக சான்றோர்
பயனில சொல்லாமை நன்று.

198. அரும்பயன் ஆயும் அறிவினார் சொல்லார்
பெரும்பயன் இல்லாத சொல்.

199. பொருள்தீர்ந்த பொச்சாந்துஞ் சொல்லார் மருள்தீர்ந்த
மாசறு காட்சி யவர்.

200. சொல்லுக சொல்லிற் பயனுடைய சொல்லற்க
சொல்லிற் பயனிலாச் சொல்.

٢١. الخوف من المعاصي

٢٠١. الصالح يخاف من الوقوع في المعاصي والطالح لا يخاف منه.

٢٠٢. المعصية تولد الأخرى؛ لذا يُفر منها كما يُفر من النيران.

٢٠٣. يقال إن قمة الحكمة عدم الإيذاء لمن آذانا.

٢٠٤. لا يدبر أحد ضد الآخر؛ من فعل ذلك فسيدبر ضده رب الصالحين.

٢٠٥. لا يركتب أحد ذنباً بسبب فقره؛ من يفعل ذلك فسيزداد فقراً على فقر.

٢٠٦. من يخاف إيذاء الآخرين فليمسك عن إيذائهم.

٢٠٧. من كان له عدو لدود فسيمكن أن يعيش وأما إن كان عدوه معاصيه فلا يستطيع أن يعيش.

٢٠٨. من أذنب ذنباً فسيلحقه عاره مثل الظل الذي لا يفارق صاحبه.

٢٠٩. من أحب نفسه فليجتنب من المعاصي دقها وجلها.

٢١٠. من سلك طريقاً غير واقع في ذنب فليُعلم أنه رجل قد صلح قلبه وجوارحه.

21. தீவினையச்சம்

201. தீவினையார் அஞ்சார் விழுமியார் அஞ்சுவர்
    தீவினை என்னும் செருக்கு.

202. தீயவை தீய பயத்தலால் தீயவை
    தீயினும் அஞ்சப் படும்.

203. அறிவினுள் எல்லாந் தலையென்ப தீய
    செறுவார்க்கும் செய்யா விடல்.

204. மறந்தும் பிறன்கேடு சூழற்க சூழின்
    அறஞ்சூழும் சூழ்ந்தவன் கேடு.

205. இலன்என்று தீயவை செய்யற்க செய்யின்
    இலனாகும் மற்றும் பெயர்த்து.

206. தீப்பால தான்பிறர்கண் செய்யற்க நோய்ப்பால
    தன்னை அடல்வேண்டா தான்.

207. எனைப்பகை யுற்றாரும் உய்வர் வினைப்பகை
    வீயாது பின்சென்று அடும்.

208. தீயவை செய்தார் கெடுதல் நிழல்தன்னை
    வீயா(து) அடிஉறைந் தற்று.

209. தன்னைத்தான் காதல னாயின் எனைத்தொன்றும்
    துன்னற்க தீவினைப் பால்.

210. அருங்கேடன் என்ப(து) அறிக மருங்கோடித்
    தீவினை செய்யான் எனின்.

٢٢. الواجبات الاجتماعية

٢١١. لا يرد إلى المحسن جميله
فكيف يرد العالَم إلى السحب ما أمطرت به؟

٢١٢. من جمع مالاً بشق النفس
فما هو إلا لمستحقيه.

٢١٣. ما على الأرض ولا في السماء
شيء أعظم من مساعدة الناس.

٢١٤. من أعان الناس على أمورهم فهو حي حقيقةً
وما عداه ميت من الأموات.

٢١٥. ثروة العاقل الكريم الذي يحب الناس
مثل العين تفيض بالماء لإرواء الناس.

٢١٦. إذا جُمع المال عند سخي
فهو كشجرة طيبة في أم القرية تؤتي أكلها كل حين.

٢١٧. إذا جُمع المال عند كريم
فهو كشجرة تُصنع الأدوية من غصونها وأوراقها.

٢١٨. العاقل من علم واجباته تجاه الفقراء
ثم لا يمسك عن الإنفاق عليهم حتى عند فقره.

٢١٩. إن الكريم إذا افتقر
ندم على الإمساك عن الإنفاق.

٢٢٠. حُق للمرء أن يبتاع صفة الإنفاق ببيع نفسه
ولو علم أنه سوف يفضي به إلى الدمار.

22. ஒப்புரவறிதல்

211. கைம்மாறு வேண்டா கடப்பாடு மாரிமாட்டு
என்ஆற்றுங் கொல்லோ உலகு.

212. தாளாற்றித் தந்த பொருளெல்லாம் தக்கார்க்கு
வேளாண்மை செய்தற் பொருட்டு.

213. புத்தே ளுலகத்தும் ஈண்டும் பெறலரிதே
ஒப்புரவின் நல்ல பிற.

214. ஒத்த தறிவான் உயிர்வாழ்வான் மற்றையான்
செத்தாருள் வைக்கப் படும்.

215. ஊருணி நீர்நிறைந் தற்றே உலகவாம்
பேரறி வாளன் திரு.

216. பயன்மரம் உள்ளூர்ப் பழுத்தற்றால் செல்வம்
நயனுடை யான்கண் படின்.

217. மருந்தாகித் தப்பா மரத்தற்றால் செல்வம்
பெருந்தகை யான்கண் படின்.

218. இடனில் பருவத்தும் ஒப்புரவிற்(கு) ஒல்கார்
கடனறி காட்சி யவர்.

219. நயனுடையான் நல்கூர்ந்தா னாதல் செயும்நீர
செய்யா(து) அமைகலா வாறு.

220. ஒப்புரவி னால்வரும் கேடெனின் அஃதொருவன்
விற்றுக்கோள் தக்க துடைத்து.

٢٣. الصدقة

٢٢١.   الصدقة في الحقيقة ما لا يراد بها إلا نفع الفقير
ولا تسمى صدقة إذا أريد بها منافع ذاتية.

٢٢٢.   تكفف الناس سيئ ولو أدت إلى الجنة؛
والتصدق عليهم حسن ولو لم تؤد إلى الجنة.

٢٢٣.   الكريم الشهم من أعطى فقيراً
قبل أن يسأله قائلاً "لا أجد شيئاً".

٢٢٤.   تُرى الكراهة في وجه المرء إذا سُئل؛ سرعان ما
تمّحي الكراهة إذا رأى البشاشة في وجه المتسول.

٢٢٥.   الزاهد من أخمد جوعه
ولكن أعظم منه من أخمد جوع الآخرين.

٢٢٦.   إطعام الفقير ذي مسغبة كنزٌ
يحتفظ به ليستعان به في الزمن المقبل.

٢٢٧.   لا يبتلى بداء الجوع
من أشرك الناس في طعامه.

٢٢٨.   من جمع المال ولم ينفقه على الآخر ثم خسره
فلا يذوق طعم الإنفاق ولا يعلم حلاوته.

٢٢٩.   من ملأ بطنه طعاماً غيرَ مشارك أحداً فيه
فملؤه أقبح من التكفف.

٢٣٠.   أمرُّ شيءٍ على وجه البسيطة الحِمام
وقد تحلو مرارته أمام الشحِّ البغيض.

23. ஈகை

221. வறியார்க்கொன்(று) ஈவதே ஈகைமற் றெல்லாம்
குறியெதிர்ப்பை நீர துடைத்து.

222. நல்லா(று) எனினும் கொளல்தீது மேலுலகம்
இல்லெனினும் ஈதலே நன்று.

223. இலனென்னும் எவ்வம் உரையாமை ஈதல்
குலனுடையான் கண்ணே யுள.

224. இன்னா(து) இரக்கப் படுதல் இரந்தவர்
இன்முகங் காணும் அளவு.

225. ஆற்றுவார் ஆற்றல் பசிஆற்றல் அப்பசியை
மாற்றுவார் ஆற்றலின் பின்.

226. அற்றார் அழிபசி தீர்த்தல் அஃதொருவன்
பெற்றான் பொருள்வைப் புழி.

227. பாத்தூண் மரீஇ யவனைப் பசியென்னும்
தீப்பிணி தீண்டல் அரிது.

228. ஈத்துவக்கும் இன்பம் அறியார்கொல் தாமுடைமை
வைத்திழக்கும் வன்க ணவர்.

229. இரத்தலின் இன்னாது மன்ற நிரப்பிய
தாமே தமியர் உணல்.

230. சாதலின் இன்னாத தில்லை இனிததூஉம்
ஈதல் இயையாக் கடை.

٢٤. المدح

٢٣١. أعطِ فقيراً تعش حميداً ولا كرامة للبشر في الدنى فيما سواه.

٢٣٢. أفضل المدح ما يمدح به المرء لكثرة إنفاقه.

٢٣٣. كل ما على وجه الأرض يفنى إلا الذكر الجميل.

٢٣٤. من رُزِق الذكر الجميل بعد مماته مدحه أهل السماء ولا يلتفتون إلى مدح غيره من الآلهة.

٢٣٥. الفناء الذي يجلب المجد والموت الذي يجلب المدح لا يتيسران إلا للفطن.

٢٣٦. من كان إذا وُلد فليولد بالصفات التي تخلد ذكره، من وُلد بغيرها فعدمه أحسن من وجوده.

٢٣٧. من لم يسلك مسلكا يكسب لسان صدق في الآخرين في حياته فليلمْ نفسه ولا يلمْ غيره.

٢٣٨. يشق على من في الأرض إذا عجز المرء أن يخلف الذرية جميلة الذكر.

٢٣٩. الأرض التي تبطن الجثة قبيحة الذكر لا تنبت نباتاً حسناً.

٢٤٠. من عاش عيشة ولم يتهم فيها فقد عاش ومن عاش عيشة غير محمودة فلم يعشْ.

24. புகழ்

231. ஈதல் இசைபட வாழ்தல் அதுவல்ல(து)
ஊதியம் இல்லை உயிர்க்கு.

232. உரைப்பார் உரைப்பவை எல்லாம் இரப்பார்க்கொன்(று)
ஈவார்மேல் நிற்கும் புகழ்.

233. ஒன்றா உலகத்து உயர்ந்த புகழல்லால்
பொன்றாது நிற்பதொன் றில்.

234. நிலவரை நீள்புகழ் ஆற்றின் புலவரைப்
போற்றாது புத்தேள் உலகு.

235. நத்தம்போல் கேடும் உளதாகும் சாக்காடும்
வித்தகர்க் கல்லால் அரிது.

236. தோன்றின் புகழொடு தோன்றுக அஃதிலார்
தோன்றலின் தோன்றாமை நன்று.

237. புகழ்பட வாழாதார் தம்நோவார் தம்மை
இகழ்வாரை நோவது எவன்.

238. வசையென்ப வையத்தார்க் கெல்லாம் இசையென்னும்
எச்சம் பெறாஅ விடின்.

239. வசையிலா வண்பயன் குன்றும் இசையிலா
யாக்கை பொறுத்த நிலம்.

240. வசையொழிய வாழ்வாரே வாழ்வார் இசையொழிய
வாழ்வாரே வாழா தவர்.

٢٥. الرحمة

٢٤١. الرحمة كنز الكنوز؛
الكنز المادي يملكه حتى الخسيس.

٢٤٢. من سلك مسلك الجد والتحقيق عاش رحيماً
ولو جُرِّب شتى الطرق لكان طريق الرفق طريقاً صحيحاً للحياة.

٢٤٣. لا يلج أبواب النار المظلمة
من كان قلبه مليئاً بالرحمة.

٢٤٤. لا تلحق السيئاتُ
من يحفظ للخلائق حقوقهم ويلين لهم.

٢٤٥. هذه الأرض الواسعة التي على سطحها تجري الرياح
تشهد أن رقيق القلب لا تأخذه اللهفة.

٢٤٦. من خلى سبيل الرفق واتخذ سبيل غيره،
فإنهم الذين هجروا الإستقامة وما عرفوا أهميتها.

٢٤٧. لا خلاق في الآخرة للذين تعروا عن الرحمة والرفق
كما لا نصيب في الدنيا للذين لم يجمعوا المال.

٢٤٨. المفلس قد يستعيد ماله الفائت تارة أخرى
ولكن الذي لا يرحم هالك أبداً ولا يزدهر.

٢٤٩. إنما مثل رجل يقوم بحسنات وقلبه يخلو من الرحمة
كمثل رجل أُعطِيَ معرفة الحقائق على غير هدى.

٢٥٠. ليتذكر القوي الذي يسيطر على الضعيف
أن في الكون من هو أقوى منه.

25. அருளுடைமை

241. அருட்செல்வம் செல்வத்துள் செல்வம் பொருட்செல்வம்
     பூரியார் கண்ணும் உள.

242. நல்லாற்றான் நாடி அருளாள்க பல்லாற்றான்
     தேரினும் அஃதே துணை.

243. அருள்சேர்ந்த நெஞ்சினார்க் கில்லை இருள்சேர்ந்த
     இன்னா உலகம் புகல்.

244. மன்னுயிர் ஓம்பி அருளாள்வார்க்(கு) இல்லென்ப
     தன்னுயிர் அஞ்சும் வினை.

245. அல்லல் அருளாள்வார்க்(கு) இல்லை வளிவழங்கும்
     மல்லன்மா ஞாலங் கரி.

246. பொருள்நீங்கிப் பொச்சாந்தார் என்பர் அருள்நீங்கி
     அல்லவை செய்தொழுகு வார்.

247. அருளில்லார்க்(கு) அவ்வுலகம் இல்லை பொருளில்லார்க்(கு)
     இவ்வுலகம் இல்லாகி யாங்கு.

248. பொருளற்றார் பூப்பர் ஒருகால் அருளற்றார்
     அற்றார்மற் றாதல் அரிது.

249. தெருளாதான் மெய்ப்பொருள் கண்டற்றால் தேரின்
     அருளாதான் செய்யும் அறம்.

250. வலியார்முன் தன்னை நினைக்கதான் தன்னின்
     மெலியார்மேல் செல்லு மிடத்து.

٢٦. ترك اللحم

٢٥١. من يأكل اللحم ليسمّن جسمه فكيف تمكث الرحمة في قلبه؟

٢٥٢. لا يستفيد المسرف من ماله، كما لا يستفيد الرجل الذي يأكل اللحم من الرحمة.

٢٥٣. فؤاد الرجل الذي يأكل اللحم لا يرتكب الخيرات كمثل قلب الرجل الذي يحمل السلاح على الآخر.

٢٥٤. إنما الرحمة هي أن لا يقتل أي حيوان وإنما القسوة هي قتل الحيوان وأكل لحمه.

٢٥٥. ترك اللحم يضمن بقاء بعض الحيوانات، من أكثر من اللحم فقد أورد نفسه على أضراس جهنم.

٢٥٦. إذا كان الناس لا يقتلون الحيوانات لأكلها، لا يبيعه أحد.

٢٥٧. من ظن أن اللحم جيفة الحيوان يبتعدْ عن أكله.

٢٥٨. المرء الذي لا ينسب إليه الجهل لا يأكل جيف الحيوان.

٢٥٩. ترك ذبح الحيوان وعدم أكله خير من سكب السمن سبعين مرة في حفلات القربان.

٢٦٠. حُق لمن لم يقتل الحيوان ولم يأكل اللحم أن ينحني له البرية تعظيماً.

26. புலால் மறுத்தல்

251. தன்னூன் பெருக்கற்குத் தான்பிறிது ஊனுண்பான்
எங்ஙனம் ஆளும் அருள்.

252. பொருளாட்சி போற்றாதார்க்(கு) இல்லை அருளாட்சி
ஆங்கில்லை ஊன்தின் பவர்க்கு.

253. படைகொண்டார் நெஞ்சம்போல் நன்றூக்காது ஒன்றன்
உடல்சுவை உண்டார் மனம்.

254. அருளல்ல (தி)யாதெனிற் கொல்லாமை கோறல்
பொருளல்ல தவ்வூன் தினல்.

255. உண்ணாமை உள்ளது உயிர்நிலை ஊனுண்ண
அண்ணாத்தல் செய்யாது அளறு.

256. தினற்பொருட்டால் கொல்லா(து) உலகெனின் யாரும்
விலைப்பொருட்டால் ஊன்றருவா ரில்.

257. உண்ணாமை வேண்டும் புலாஅல் பிறிதொன்றன்
புண்ண(து) உணர்வார்ப் பெறின்.

258. செயிரின் தலைப்பிரிந்த காட்சியார் உண்ணார்
உயிரின் தலைப்பிரிந்த ஊன்.

259. அவிசொரிந் தாயிரம் வேட்டலின் ஒன்றன்
உயிர்செகுத் துண்ணாமை நன்று.

260. கொல்லான் புலாலை மறுத்தானைக் கைகூப்பி
எல்லா உயிருந் தொழும்.

٢٧. الذِّكر

٢٦١. إن من محاسن الذكر:
الصبر على نوائب الدهر وكف الأذى عن الآخر.

٢٦٢. يتيسر الذكر لمن له ملكة الذكر وأما غيره فلا ينفعه ذلك.

٢٦٣. هل غفلوا عن الذكر واشتغلوا بإطعام الزهاد والنساك؟

٢٦٤. يستطيع الزاهد بممارسة الذكر أن يهلك أعدائه وأن يكرم أحبائه.

٢٦٥. إذا أراد المرء شيئاً فسيستطيع الحصول عليه بممارسة الذكر في الدنيا.

٢٦٦. من عمل بمقتضى الذكر يؤدِ واجبه ومن لم يعمل به يقعْ في الشهوات ويهلك نفسه.

٢٦٧. يخلص الذهب إذا أُدخِل الكير فكذلك من صبر على شدائد الدهر يخلصْ منها لامعاً ساطعاً.

٢٦٨. جميع الخلائق يعظّمون المرء إذا دان نفسه بكثرة الذكر.

٢٦٩. من مارس الذكر يكتسبْ القوة الروحانية ويستطع أن يغلب على أمر الموت.

٢٧٠. قلّ من يمارس الذكر ويكثر من لم يمارس، نتيجة ذلك انتشار الفقر وندرة الغنى.

27. தவம்

261. உற்றநோய் நோன்றல் உயிர்க்குறுகண் செய்யாமை
 அற்றே தவத்திற் குரு.

262. தவமும் தவமுடையார்க்(கு) ஆகும் அவம்அதனை
 அஃதிலார் மேற்கொள் வது.

263. துறந்தார்க்குத் துப்புரவு வேண்டி மறந்தார்கொல்
 மற்றை யவர்கள் தவம்.

264. ஒன்னார்த் தெறலும் உவந்தாரை ஆக்கலும்
 எண்ணின் தவத்தான் வரும்.

265. வேண்டிய வேண்டியாங் கெய்தலால் செய்தவம்
 ஈண்டு முயலப் படும்.

266. தவஞ்செய்வார் தங்கருமஞ் செய்வார்மற் றல்லார்
 அவஞ்செய்வார் ஆசையுட் பட்டு.

267. சுடச்சுடரும் பொன்போல் ஒளிவிடும் துன்பஞ்
 சுடச்சுட நோற்கிற் பவர்க்கு.

268. தன்னுயிர் தான்அறப் பெற்றானை ஏனைய
 மன்னுயி ரெல்லாந் தொழும்.

269. கூற்றம் குதித்தலும் கைகூடும் நோற்றலின்
 ஆற்றல் தலைப்பட் டவர்க்கு.

270. இலர்பல ராகிய காரணம் நோற்பார்
 சிலர்பலர் நோலா தவர்.

٢٨. سوء الخلق

٢٧١. تضحك الحواس الخمس للمرء الذي ساءت ظنونه على حبه للخدع.

٢٧٢. لا ينفع المرءَ مظهره إذا كان قلبه ميالاً إلى المعاصي.

٢٧٣. مظهر المرء المتزاهد سيء الأخلاق مثل البقرة تلبست بالنمر ثم ترعى في الفلاة.

٢٧٤. من اقترف السيئات لابساً لباس الزهد مثل الصياد يصتاد الطيور متوارياً في الأجمة.

٢٧٥. ساءت شيم المرء الذي ادعى كذباً أنه بريء من الشهوات فسوف يأتي يوم يندم فيه قائلا "ليتني ما فعلت".

٢٧٦. أسوأ الرجال من لم ينب في قلبه وتنكر زاهداً وخادع الناس.

٢٧٧. يوجد في الكون من هو مثل بذرة "كنتى" في الحمرة ظاهرا والسواد باطنا.

٢٧٨. الأغلب في البشر خبث الباطن وقداسة الظاهر حتى منهم من يغوص في الأنهار المقدسة ليواري به الناس.

٢٧٩. استقامة السهم لا تدل على خيره ولا اعوجاج الطنبور يدل على شره، كذلك الرجال يقاس عليهم بأعمالهم.

٢٨٠. من يتجنب السيئات التي يذمها الناس فلا حاجة له إلى حلق الشعر أو إرخائه.

28. கூடா ஒழுக்கம்

271. வஞ்ச மனத்தான் படிற்றொழுக்கம் பூதங்கள்
 ஐந்தும் அகத்தே நகும்.

272. வானுயர் தோற்றம் எவன்செய்யும் தன்னெஞ்சம்
 தான்அறி குற்றப் படின்.

273. வலியில் நிலைமையான் வல்லுருவம் பெற்றம்
 புலியின்தோல் போர்த்துமேய்ந் தற்று.

274. தவமறைந்து அல்லவை செய்தல் புதல்மறைந்து
 வேட்டுவன் புள்சிமிழ்த் தற்று.

275. பற்றற்றேம் என்பார் படிற்றொழுக்கம் எற்றெற்றென்(று)
 ஏதம் பலவுந் தரும்.

276. நெஞ்சின் துறவார் துறந்தார்போல் வஞ்சித்து
 வாழ்வாரின் வன்கணார் இல்.

277. புறங்குன்றி கண்டனைய ரேனும் அகங்குன்றி
 மூக்கிற் கரியார் உடைத்து.

278. மனத்தது மாசாக மாண்டார் நீராடி
 மறைந்தொழுகு மாந்தர் பலர்.

279. கணைகொடிது யாழ்கோடு செவ்விதுஆங் கன்ன
 வினைபடு பாலால் கொளல்.

280. மழித்தலும் நீட்டலும் வேண்டா உலகம்
 பழித்த(து) ஒழித்து விடின்.

٢٩. عدم الغش

٢٨١. من يخاف من الذل
فليحفظ قلبه من أفكار الغش والخدع.

٢٨٢. التفكر في اقتراف الإثم إثم،
فلذا لا يجوز التفكير في هضم أموال الآخرين بالباطل.

٢٨٣. الأموال التي جمعت بالغش تزداد ظاهراً
ولكن نهايتها ليست فقط كسادها بل كساد ما حولها.

٢٨٤. الطمع في هضم أموال الناس
يثمر الخزي والذل الأبدي.

٢٨٥. من تربص غفلة الآخرين ليأكل أموالهم بالباطل
فلا يكون في قلبه الرحمة.

٢٨٦. من لم يرضَ بالأموال المقدرة له
يطمعْ في غصب أموال الآخرين.

٢٨٧. من أراد أن يكون له في حياته التميز
فلا يتطلع إلى الخدعة المظلمة.

٢٨٨. من كان قلبه صادقاً كانت حياته رشداً
ومن كان قلبه غاشاً كانت حياته نفاقاً.

٢٨٩. من فعل شيئاً لا يفعله إلا بالغش
فسوف يرتكب الذنوب ثم يهلك سريعاً.

٢٩٠. من سرق تعطل روحه وجسمه،
من لم يسرق فلا تفوته الجنة.

29. கள்ளாமை

281. எள்ளாமை வேண்டுவான் என்பான் எனைத்தொன்றும்
கள்ளாமை காக்கதன் நெஞ்சு.

282. உள்ளத்தால் உள்ளலும் தீதே பிறன்பொருளைக்
கள்ளத்தால் கள்வேம் எனல்.

283. களவினால் ஆகிய ஆக்கம் அளவிறந்து
ஆவது போலக் கெடும்.

284. களவின்கண் கன்றிய காதல் விளைவின்கண்
வீயா விழுமம் தரும்.

285. அருள்கருதி அன்புடைய ராதல் பொருள்கருதிப்
பொச்சாப்புப் பார்ப்பார்கண் இல்.

286. அளவின்கண் நின்றொழுகல் ஆற்றார் களவின்கண்
கன்றிய காத லவர்.

287. களவென்னும் காரறி வாண்மை அளவென்னும்
ஆற்றல் புரிந்தார்கண் இல்.

288. அளவறிந்தார் நெஞ்சத் தறம்போல நிற்கும்
களவறிந்தார் நெஞ்சில் கரவு.

289. அளவல்ல செய்தாங்கே வீவர் களவல்ல
மற்றைய தேற்றா தவர்.

290. கள்வார்க்குத் தள்ளும் உயிர்நிலை கள்ளார்க்குத்
தள்ளாது புத்தே ளுளகு.

٣٠. الصدق

٢٩١. إذا سألت ما هو الصدق فسيقال لك:
هو القول الذي لم يخالطه الشر مثقال ذرة.

٢٩٢. يستوي الكذب بالصدق
إذا أنتج خيراً خالياً من الشر.

٢٩٣. لا يقول المرء الكذب متعمداً
لأن قلبه بعد الكذب يلومه ملامة شديدة.

٢٩٤. من كان حذرا من الكذب
يعِشْ في قلوب الناس.

٢٩٥. صادق القلب في المقال
خير ممن تنسّك وتصدّق بالأموال.

٢٩٦. أعظم شيء في الدنيا الصدق في القول
لأنه يورث صفات الاستقامة بأنواعها من حيث لا يشعر.

٢٩٧. كفى بالمرء أن يكون صادقاً
ولا يحتاج أن يكون إلى غيره من الحسنات مريداً.

٢٩٨. الطهارة الخارجية تحصل بالماء
وأما الطهارة الداخلية فلا تحصل إلا بالصدق.

٢٩٩. ليس كل نور نوراً
بل نور الصدق هو النور حقيقة.

٣٠٠. ما رأينا في الكون شيئا
أفضل من الصدق.

30. வாய்மை

291. வாய்மை எனப்படுவ(து) யாதெனின் யாதொன்றும்
தீமை இலாத சொலல்.

292. பொய்மையும் வாய்மை யிடத்த புரைதீர்ந்த
நன்மை பயக்கும் எனின்.

293. தன்நெஞ் சறிவது பொய்யற்க பொய்த்தபின்
தன்நெஞ்சே தன்னைச் சுடும்.

294. உள்ளத்தாற் பொய்யா தொழுகின் உலகத்தார்
உள்ளத்து ளெல்லாம் உளன்.

295. மனத்தொடு வாய்மை மொழியின் தவத்தொடு
தானஞ்செய் வாரின் தலை.

296. பொய்யாமை அன்ன புகழில்லை எய்யாமை
எல்லா அறமுந் தரும்.

297. பொய்யாமை பொய்யாமை ஆற்றின் அறம்பிற
செய்யாமை செய்யாமை நன்று.

298. புறந்தூய்மை நீரான் அமையும் அகந்தூய்மை
வாய்மையான் காணப் படும்.

299. எல்லா விளக்கும் விளக்கல்ல சான்றோர்க்குப்
பொய்யா விளக்கே விளக்கு.

300. யாமெய்யாக் கண்டவற்றுள் இல்லை எனைத்தொன்றும்
வாய்மையின் நல்ல பிற.

٣١. عدم الغيظ

٣٠١. من كظم غيظا وهو قادر فهو كاظم الغيظ حقاً
ومن لم يكن كذلك فلا ينفع غيظه.

٣٠٢. من غضب على القوي فقد أضر به غضبه
وإذا غضب على الضعيف كان أشد إضراراً.

٣٠٣. لا تغضب واصفح
فإن الغضب أم السيئات.

٣٠٤. ألد الأعداء للمرء غضبه
لأنه يبيد ابتسامة الوجه وبهجة القلب.

٣٠٥. من يبتغي تحصين نفسه
فليتحصن من غضبه وإلا يقضي عليه.

٣٠٦. الغضب نار تحرق من انتسب إليها
بل تحرق من يعاونه عند الخطر.

٣٠٧. دمار المرء متيقن إذا أصبح ديدنه الغضب
مثل يد المرء الذي ضرب الأرضَ بها فتألم.

٣٠٨. إذا آذاك أحد بأن كواك بالنار
فكان الأفضل أن لا تغضب إن استطعت.

٣٠٩. من منع نفسه من الغيظ
يستطعْ أن يقوم بما يشاء!

٣١٠. من اعتاد الغضب فهو كالميت
ومن كظم الغيظ فقد تشبه بالزاهد.

31. வெகுளாமை

301. செல்லிடத்துக் காப்பான் சினங்காப்பான் அல்லிடத்துக்
காக்கின்என் காவாக்கால் என்.

302. செல்லா இடத்துச் சினந்தீது செல்லிடத்தும்
இல்அதனின் தீய பிற.

303. மறத்தல் வெகுளியை யார்மாட்டும் தீய
பிறத்தல் அதனான் வரும்.

304. நகையும் உவகையும் கொல்லும் சினத்தின்
பகையும் உளவோ பிற.

305. தன்னைத்தான் காக்கின் சினங்காக்க காவாக்கால்
தன்னையே கொல்லுஞ் சினம்.

306. சினமென்னும் சேர்ந்தாரைக் கொல்லி இனமென்னும்
ஏமப் புணையைச் சுடும்.

307. சினத்தைப் பொருளென்று கொண்டவன் கேடு
நிலத்தறைந்தான் கைபிழையா தற்று.

308. இணர்எரி தோய்வன்ன இன்னா செயினும்
புணரின் வெகுளாமை நன்று.

309. உள்ளிய எல்லாம் உடனெய்தும் உள்ளத்தால்
உள்ளான் வெகுளி எனின்.

310. இறந்தார் இறந்தார் அனையர் சினத்தைத்
துறந்தார் துறந்தார் துணை.

٣٢. عدم الإساءة

٣١١. المرء النقي التقي من لا يضر أحداً
ولو صارت له الصولة والجولة في الأرض.

٣١٢. الرجل الطاهر لا ينتقم من أحد
ولو حسده وآذاه.

٣١٣. من آذى الذين آذوه يعانِ نوائب الدهر
وإن ترك إيذائهم بعدُ.

٣١٤. عقاب من أساء إليه أحد
أن يحسن إليه ليستحيي من فعله ثم ينسى إسائته.

٣١٥. فكيف ينفع المرء علمُه
إذا لم يعش مصائب الغير كمصائبه؟

٣١٦. من عرف مضرة
فلا ينقلها إلى غيره.

٣١٧. أفضل خلق كف كل أنواع الأذى عن الجميع في كل حين
ولو كانت بقلبه.

٣١٨. من عرف ما يضره
فلماذا يضر غيره؟

٣١٩. من أساء إلى أحد صباحاً
فسوف تدركه الإساءة نفسها مساءً.

٣٢٠. كل الضرر سيحيط بالذين يضرون غيرهم،
فمن لم يرد أن يتضرر فلا يضر غيره.

32. இன்னா செய்யாமை

311. சிறப்பீனும் செல்வம் பெறினும் பிறர்க்குஇன்னா
செய்யாமை மாசற்றார் கோள்.

312. கறுத்துஇன்னா செய்தவக் கண்ணும் மறுத்தின்னா
செய்யாமை மாசற்றார் கோள்.

313. செய்யாமல் செற்றார்க்கும் இன்னாத செய்தபின்
உய்யா விழுமந் தரும்.

314. இன்னாசெய் தாரை ஒறுத்தல் அவர்நாண
நன்னயஞ் செய்து விடல்.

315. அறிவினான் ஆகுவ துண்டோ பிறிதின்நோய்
தந்நோய்போல் போற்றாக் கடை.

316. இன்னா எனத்தான் உணர்ந்தவை துன்னாமை
வேண்டும் பிறன்கண் செயல்.

317. எனைத்தானும் எஞ்ஞான்றும் யார்க்கும் மனத்தானாம்
மாணாசெய் யாமை தலை.

318. தன்னுயிர்க்கு இன்னாமை தானறிவான் என்கொலோ
மன்னுயிர்க்கு இன்னா செயல்.

319. பிறர்க்கின்னா முற்பகல் செய்யின் தமக்குஇன்னா
பிற்பகல் தாமே வரும்.

320. நோயெல்லாம் நோய்செய்தார் மேலவாம் நோய்செய்யார்
நோயின்மை வேண்டு பவர்.

٣٣. عدم القتل

٣٢١. إذا سألت ما هو البر فالبر عدم القتل،
القتل يجر كل أنواع الشر.

٣٢٢. إشراك الغير في الطعام وترك إزهاق النفوس
هما رأس الأخلاق كما أكد الكتّاب في كتبهم.

٣٢٣. عدم إزهاق النفس شيمة فريدة
وعدم الكذب يتلوه في المرتبة.

٣٢٤. الطريق السوي هو الذي يحث الخلق
على ترك إزهاق أي نفس.

٣٢٥. من بين الذين زهدوا في الدنيا مريدين الآخرة
مَنْ ترك القتل عارفاً بمضراته وهو أفضلهم.

٣٢٦. الموت الذي ينغص الحياة
لا يتطرق إلى من عهد أن لا يقتل.

٣٢٧. لا تقتل أحداً
حتى ولو قُتلْت.

٣٢٨. العاقل لا يتعاطى القتل لأنه يكسب له الذلة
وإن كان يكسب له مالاً كثيراً ويزيده فرحاً.

٣٢٩. الرجل القتال دنيء،
هذا قول العقلاء الذين يعرفون مضرات القتل.

٣٣٠. قيل إن الذين ابتلوا بالأمراض وأخذتهم الفاقة
هم من كانوا يُجدِعون الأرواح من الأجسام.

33. கொல்லாமை

321. அறவினை யாதெனின் கொல்லாமை கோறல்
பிறவினை எல்லாந் தரும்.

322. பகுத்துண்டு பல்லுயிர் ஓம்புதல் நூலோர்
தொகுத்தவற்றுள் எல்லாந் தலை.

323. ஒன்றாக நல்லது கொல்லாமை மற்றதன்
பின்சாரப் பொய்யாமை நன்று.

324. நல்லா(று) எனப்படுவ(து) யாதெனின் யாதொன்றும்
கொல்லாமை சூழும் நெறி.

325. நிலைஅஞ்சி நீத்தாருள் எல்லாம் கொலைஅஞ்சிக்
கொல்லாமை சூழ்வான் தலை.

326. கொல்லாமை மேற்கொண் டொழுகுவான் வாழ்நாள்மேல்
செல்லா(து) உயிருண்ணுங் கூற்று.

327. தன்னுயிர் நீப்பினும் செய்யற்க தான்பிறிது
இன்னுயிர் நீக்கும் வினை.

328. நன்றாகும் ஆக்கம் பெரிதெனினும் சான்றோர்க்குக்
கொன்றாகும் ஆக்கங் கடை.

329. கொலைவினைய ராகிய மாக்கள் புலைவினையர்
புன்மை தெரிவா ரகத்து.

330. உயிர்உடம்பின் நீக்கியார் என்ப செயிர்உடம்பின்
செல்லாத்தீ வாழ்க்கை யவர்.

٣٤. عدم الدوام

٣٣١.   من فقدان الحكمة رؤية ما يزول كرؤية ما يدوم.

٣٣٢.   دخْل المال الطائل كدخول الناس المسرحة مثنى وثلاثَ وصرفه كخروج الناس منها مزدحمين إذا انتهت.

٣٣٣.   المال لا دوام له،
فإذا وقع في يدك فسلِّطْه فيما يدوم من الأعمال.

٣٣٤.   من تأمل في شأن الحياة
علم بأن اليوم كالسيف يقطع الحياة رويداً رويداً.

٣٣٥.   من قبل أن يأخذك الفواق ويشل اللسان قم بما له دوام.

٣٣٦.   كان حياً بالأمس ولم يكن اليوم،
ذلك هو كنه الدنيا.

٣٣٧.   لا تدري نفس هل تحيى للحظة
فلماذا تخطط مليون شيء أو أكثر للمستقبل؟

٣٣٨.   صلة الروح بالجسد
مثل صلة الفرخ بالبيضة المفقوسة التي هجرها.

٣٣٩.   المنية هي الإغراق في السهاد
والحياة هي اليقظة بعده.

٣٤٠.   أليس للروح مسكن أبدي تسكنه!
فلماذا تسكن في ناحية الجسد حالياً!

34. நிலையாமை

331. நில்லாத வற்றை நிலையின என்றுணரும்
 புல்லறி வாண்மை கடை.

332. கூத்தாட்(டு) அவைக்குழாத் தற்றே பெருஞ்செல்வம்
 போக்கும் அதுவிளிந் தற்று.

333. அற்கா இயல்பிற்றுச் செல்வம் அதுபெற்றால்
 அற்குப ஆங்கே செயல்.

334. நாளென ஒன்றுபோற் காட்டி உயிர்ஈரும்
 வாள(து) உணர்வார்ப் பெறின்.

335. நாச்செற்று விக்குள்மேல் வாராமுன் நல்வினை
 மேற்சென்று செய்யப் படும்.

336. நெருநல் உளனொருவன் இன்றில்லை என்னும்
 பெருமை உடைத் திவ்வுலகு.

337. ஒருபொழுதும் வாழ்வ(து) அறியார் கருதுப
 கோடியும் அல்ல பல.

338. குடம்பை தனித்(து)ஒழியப் புள்பறந் தற்றே
 உடம்போ(டு) உயிரிடை நட்பு.

339. உறங்கு வதுபோலுஞ் சாக்கா(டு) உறங்கி
 விழிப்பது போலும் பிறப்பு.

340. புக்கில் அமைந்தின்று கொல்லோ உடம்பினுள்
 துச்சில் இருந்த உயிர்க்கு.

٣٥. الزهد

٣٤١. ما زهد المرء فيه
فلا يتضرر منه.

٣٤٢. من أراد أن لا يعاني من مصائب الدنيا
فليزهد فيها حين تأتيه، فإذا زهد فيها تمتع منها.

٣٤٣. اهزم حواسك الخمس
وازهد فيما تشتهيه كلياً.

٣٤٤. طبيعة الزاهد أنه لا يرغب في الدنيا,
وإذا رغب في أي شيء منها وقع فيها.

٣٤٥. لماذ يحمل من خاف البعث بعد الموت أثقالا أخرى
وثقل جسده أثقل عليه؟

٣٤٦. من دان نفسه كبرَها وطمعَها
دخل عالماً لا يقربه أهل السماء.

٣٤٧. الأحزان تغشى المرء الذي تشبث بالمرغوبات
ولم يهجرها.

٣٤٨. النجاة لمن ترك الدنيا تماماً
وغيره وقع في شبكة الهلاك.

٣٤٩. من قطع علائق الدنيا فقد قطع مصائب البعث
وإذا لم يقطع ذلك فلا قرار له في الدنيا ولا في الآخرة.

٣٥٠. اطلب حُبَّ من لا شهوة له،
اطلب ذلك الحب لتجتنب من شهوات النفس.

35. துறவு

341. யாதனின் யாதனின் நீங்கியான் நோதல்
     அதனின் அதனின் இலன்.

342. வேண்டின்உண் டாகத் துறக்க துறந்தபின்
     ஈண்டுஇயற் பால பல.

343. அடல்வேண்டும் ஐந்தன் புலத்தை விடல்வேண்டும்
     வேண்டிய வெல்லாம் ஒருங்கு.

344. இயல்பாகும் நோன்பிற்கொன்(று) இன்மை உடைமை
     மயலாகும் மற்றும் பெயர்த்து.

345. மற்றும் தொடர்ப்பா(டு) எவன்கொல் பிறப்பறுக்கல்
     உற்றார்க்(கு) உடம்பும் மிகை.

346. யான்என(து) என்னும் செருக்(கு)அறுப்பான் வானோர்க்கு
     உயர்ந்த உலகம் புகும்.

347. பற்றி விடாஅ இடும்பைகள் பற்றினைப்
     பற்றி விடாஅ தவர்க்கு.

348. தலைப்பட்டார் தீரத் துறந்தார் மயங்கி
     வலைப்பட்டார் மற்றை யவர்.

349. பற்றற்ற கண்ணே பிறப்பறுக்கும் மற்று
     நிலையாமை காணப் படும்.

350. பற்றுக பற்றற்றான் பற்றினை அப்பற்றைப்
     பற்றுக பற்று விடற்கு.

٣٦. إدراك الحقيقة

٣٥١. من ظن أن غير الحقيقة هي الحقيقةُ
يبعثْ كئيباً بئيساً.

٣٥٢. من رُزق البصيرة الواضحة ومُنع من ظلامِ الجهل
فذلك العلم يزيل الظلمات عند بعثه ويُفرحه عنده.

٣٥٣. من اتضح فكره باليقين وامّحى ظلامِ ريبه
سيرزق الجنة التي هي خير من أرزاق الدنيا.

٣٥٤. من حصّل علم الحواس الخمس
فلا تنفعه إذا لم تنكشف له الحقائق.

٣٥٥. مهما يكن من شيء
فالحكمة رؤية الحقيقة فيه.

٣٥٦. من تعلم ما ينبغي تعلمه وعرف الحقائق
فلا يتألم بعد موته ولا يرجع إلى دنياه.

٣٥٧. إذا عرف المرء الحقائق بالتدبر
فلا يحزن على البعث.

٣٥٨. الحكمة هي إزالة الجهل الذي هو سبب لسوء البعث
وإدراك الحقيقة التي هي سبب للزهد والنجاة.

٣٥٩. من عاش ليعرف الذي تصمد إليه الخلائق وليزهد في الدنيا
يجنَّبْ من المصيبات.

٣٦٠. تنقضي المشاكل
إذا قُضِيَتْ على الشهوة والغضب والأوهام.

36. மெய்யுணர்தல்

351. பொருளல்ல வற்றைப் பொருளென்(று) உணரும்
மருளானாம் மாணாப் பிறப்பு.

352. இருள்நீங்கி இன்பம் பயக்கும் மருள்நீங்கி
மாசறு காட்சி யவர்க்கு.

353. ஐயத்தின் நீங்கித் தெளிந்தார்க்கு வையத்தின்
வானம் நணிய துடைத்து.

354. ஐயுணர்வு எய்தியக் கண்ணும் பயமின்றே
மெய்யுணர்வு இல்லா தவர்க்கு.

355. எப்பொருள் எத்தன்மைத் தாயினும் அப்பொருள்
மெய்ப்பொருள் காண்ப(து) அறிவு.

356. கற்றீண்டு மெய்ப்பொருள் கண்டார் தலைப்படுவர்
மற்றீண்டு வாரா நெறி.

357. ஓர்த்துள்ளம் உள்ள(து) உணரின் ஒருதலையாப்
பேர்த்துள்ள வேண்டா பிறப்பு.

358. பிறப்பென்னும் பேதைமை நீங்கச் சிறப்பென்னும்
செம்பொருள் காண்ப(து) அறிவு.

359. சார்புணர்ந்து சார்பு கெடஒழுகின் மற்றழித்துச்
சார்தரா சார்தரு நோய்.

360. காமம் வெகுளி மயக்கம் இவைமூன்றன்
நாமம் கெடக்கெடும் நோய்.

٣٧. ترك الشهوات

٣٦١. شهوات النفس هي بذرة تسبب سوء البعث
لكل مخلوق في كل زمان.

٣٦٢. من كان متمنياً فليتمنَ حسن البعث
ولا يتسنى له ذلك إلا إذا ترك الشهوات.

٣٦٣. لا يعدل ترك الشهوات
شيء في الأرض ولا في السماء.

٣٦٤. الطهر هو كبح الشهوات
ولا يتيسر الطهر إلا لمن عرف الحقائق.

٣٦٥. الزاهد من كبح كل الشهوات
وغيره من مال إلى الشهوات ووقع فيها.

٣٦٦. الاستقامة هي مخافة الوقوع في الشهوات
والشهوات ورطة وخدعة.

٣٦٧. من كابح شهواته
فقد نجا كيفما ما شاء.

٣٦٨. لا يبتلى المرء إذا لم تكن له هوى النفس،
من هوى فقد صُب عليه البلاء صباً.

٣٦٩. إذا ماتت هوى النفس التي هي أم البليات
فستحصل السعادة في الأرض.

٣٧٠. من نهى نفسه عن هوى لا تشبع
فقد حصّل النجاة التي لا تزول.

37. அவா அறுத்தல்

361. அவாஎன்ப எல்லா உயிர்க்குமெஞ் ஞான்றும்
தவாஅப் பிறப்பீனும் வித்து.

362. வேண்டுங்கால் வேண்டும் பிறவாமை மற்றது
வேண்டாமை வேண்ட வரும்.

363. வேண்டாமை அன்ன விழுச்செல்வம் ஈண்டில்லை
யாண்டும்அஃ தொப்பது இல்.

364. தூஉய்மை என்பது அவாவின்மை மற்றது
வாஅய்மை வேண்ட வரும்.

365. அற்றவர் என்பார் அவாஅற்றார் மற்றையார்
அற்றாக அற்ற(து) இலர்.

366. அஞ்சுவ தோரும் அறனே ஒருவனை
வஞ்சிப்ப தோரும் அவா.

367. அவாவினை ஆற்ற அறுப்பின் தவாவினை
தான்வேண்டு மாற்றான் வரும்.

368. அவாஇல்லார்க் கில்லாகுந் துன்பம்அஃ துண்டேல்
தவாஅது மேன்மேல் வரும்.

369. இன்பம் இடையறா தீண்டும் அவாவென்னும்
துன்பத்துள் துன்பங் கெடின்.

370. ஆரா இயற்கை அவாநீப்பின் அந்நிலையே
பேரா இயற்கை தரும்.

٣٨. الحظ والقدر

٣٧١. عدم الكسل من نتاج حسن الحظ
والكسل من نتاج سوء الحظ.

٣٧٢. سوء الحظ يجعل الحكمة غباء
وحسن الحظ يجعل الحكمة تكثر.

٣٧٣. مهما بلغ المرء من دراسة الكتب العظيمة
فلا يفوز إلا بما كُتِب له من العقل.

٣٧٤. الدنيا من طبيعتها تنقسم إلى قسمين متضادين بسبب القدر:
قسم للأثرياء والآخر للعقلاء.

٣٧٥. سعي المرء لكسب المال قد يبوء بالفشل بسبب القدر
وأحياناً ينقلب الفشل نجاحاً بَسببه.

٣٧٦. ما لم يقدّر لك فلا يبقى معك مهما فعلت لحراسته
وما قدّرلك فلا يفارقك ولو تساهلت في حراسته.

٣٧٧. من جمع الملايين فلا يتمتع بشيء منها
إلا ما كُتِب له.

٣٧٨. المرء إذا لم تصبْه المصائب التي يستحقها يصبحْ زاهداً
ولو كان فقيراً محتاجاً إلى المال.

٣٧٩. إذا أصابت المرء السراء فرح فرحاً شديداً
وإذا أصابته الضراء حزن حزناً شديداً. فلماذا هذا الحزن؟

٣٨٠. هل هناك شيء أقوى من القدر،
إذا هربت منه من فج فاجئك من فج آخر؟

38. ஊழ்

371. ஆகூழால் தோன்றும் அசைவின்மை கைப்பொருள்
 போகூழால் தோன்றும் மடி.

372. பேதைப் படுக்கும் இழவூழ் அறிவகற்றும்
 ஆகலூழ் உற்றக் கடை.

373. நுண்ணிய நூல்பல கற்பினும் மற்றுந்தன்
 உண்மை யறிவே மிகும்.

374. இருவே(று) உலகத்(து) இயற்கை திருவேறு
 தெள்ளிய ராதலும் வேறு.

375. நல்லவை எல்லாஅந் தீயவாம் தீயவும்
 நல்லவாம் செல்வம் செயற்கு.

376. பரியினும் ஆகாவாம் பாலல்ல உய்த்துச்
 சொரியினும் போகா தம.

377. வகுத்தான் வகுத்த வகையல்லால் கோடி
 தொகுத்தார்க்கும் துய்த்தல் அரிது.

378. துறப்பார்மன் துப்புர வில்லார் உறற்பால
 ஊட்டா கழியு மெனின்.

379. நன்றாங்கால் நல்லவாக் காண்பவர் அன்றாங்கால்
 அல்லற் படுவ தெவன்.

380. ஊழிற் பெருவலி யாவுள மற்றொன்று
 சூழினுந் தான்முந் துறும்.

القسم الثاني

الثروة

٣٩. عظمة المُلك

٣٨١. من له الجيوش والشعوب والأموال والوزراء
والأصدقاء والحصون كان كالأسد بين الملوك.

٣٨٢. الشجاعة والجود والحكمة والهمة؛
هذه الأربعة هي صفات الملك.

٣٨٣. عدم التباطؤ والعلم والجرأة؛
هذه الثلاثة هي صفات لازمة لمن يريد المُلك.

٣٨٤. الملك هو الشجاع لا ينحرف عن الاستقامة
ويهجر الباطل.

٣٨٥. تنمية موارد المال والحصول عليه وصونه وقسْمته،
من استطاع هذه الأربعة فهو الملك حقاً.

٣٨٦. الملك يمدحه العامة
إذا كان رقيق القلب ولين الجانب.

٣٨٧. الملك إذا أنفق على الناس مع القول المعروف وحماهم
فقد أثنى عليه الخلق.

٣٨٨. الملك يُعَدّ قدوة للخلق
إذا عدل بينهم وذبّ عنهم.

٣٨٩. يستريح الناس في حماية الملك
الذي يصبر على كلام الناس المؤذي.

٣٩٠. الجود والكرم والعدل والعناية بالخلق
من كان متصفاً بهذه الأربعة فهو كالشمس بين الملوك.

39. இறைமாட்சி

381. படைகுடி கூழ்அமைச்சு நட்பரண் ஆறும்
உடையான் அரசருள் ஏறு.

382. அஞ்சாமை ஈகை அறிவூக்கம் இந்நான்கும்
எஞ்சாமை வேந்தர்க் கியல்பு.

383. தூங்காமை கல்வி துணிவுடைமை இம்மூன்றும்
நீங்கா நிலனாள் பவர்க்கு.

384. அறனிழுக்கா தல்லவை நீக்கி மறனிழுக்கா
மானம் உடைய தரசு.

385. இயற்றலும் ஈட்டலுங் காத்தலும் காத்த
வகுத்தலும் வல்ல தரசு.

386. காட்சிக் கெளியன் கடுஞ்சொல்லன் அல்லனேல்
மீக்கூறும் மன்னன் நிலம்.

387. இன்சொலால் ஈத்தளிக்க வல்லார்க்குத் தன்சொலால்
தான்கண் டனைத்திவ் வுலகு.

388. முறைசெய்து காப்பாற்றும் மன்னவன் மக்கட்(கு)
இறையென்று வைக்கப் படும்.

389. செவிகைப்பச் சொற்பொறுக்கும் பண்புடை வேந்தன்
கவிகைக்கீழ்த் தங்கும் உலகு.

390. கொடையளி செங்கோல் குடியோம்பல் நான்கும்
உடையானாம் வேந்தர்க் கொளி.

٤٠. العلم

٣٩١. ابذل جهدك في طلب العلم النافع حتى تتعلمه بدقة دون ريبة، إذا تعلمته فاعمل به.

٣٩٢. قيل: إن الحروف والأعداد هما عينا الإنسان.

٣٩٣. أخو العلم هو الذي له عينان حقيقة وأما أخو الجهالة فهو الذي له قرحان في الوجه.

٣٩٤. ذو العلم يُفرح من يجالسه ويُحزنه عند الافتراق حتى يتمنى المفترق: "هل من لقاء بعد هذا".

٣٩٥. الجاهل يتكفف إلى ذي العلم كما أن الفقير يقف ذليلاً يتكفف إلى الغني فالأفضل من تعلم والأدنى من لم يتعلم.

٣٩٦. البئر تنضح ماءً على قدر عمقها كذلك الحكمة تنبع من المرء على قدر علمه.

٣٩٧. كيف يسوغ للمرء أن يبقى جاهلاً إلى وفاته؟ فكل مدينة مدينة صاحب العلم وكل بلدة بلدته.

٣٩٨. العلم الذي تعب المرء في تحصيله ينفعه في دنياه وفي أجياله السبعة القادمة.

٣٩٩. إذا رأى صاحب العلم استفادة الناس بعلمه يبتهج ويشتد حبه لتحصيل العلم أكثر.

٤٠٠. الغنى الحقيقي هو العلم وما سواه فليس كذلك.

40. கல்வி

391. கற்க கசடறக் கற்பவை கற்றபின்
 நிற்க அதற்குத் தக.

392. எண்ணென்ப ஏனை எழுத்தென்ப இவ்விரண்டும்
 கண்ணென்ப வாழும் உயிர்க்கு.

393. கண்ணுடையர் என்பவர் கற்றோர் முகத்திரண்டு
 புண்ணுடையர் கல்லா தவர்.

394. உவப்பத் தலைக்கூடி உள்ளப் பிரிதல்
 அனைத்தே புலவர் தொழில்.

395. உடையார்முன் இல்லார்போல் ஏக்கற்றுங் கற்றார்
 கடையரே கல்லா தவர்.

396. தொட்டனைத் தூறும் மணற்கேணி மாந்தர்க்குக்
 கற்றனைத் தூறும் அறிவு.

397. யாதானும் நாடாமால் ஊராமால் என்னொருவன்
 சாந்துணையுங் கல்லாத வாறு.

398. ஒருமைக்கண் தான்கற்ற கல்வி ஒருவற்கு
 எழுமையும் ஏமாப் புடைத்து.

399. தாமின் புறுவ(து) உலகின் புறக்கண்டு
 காமுறுவர் கற்றறிந் தார்.

400. கேடில் விழுச்செல்வம் கல்வி யொருவற்கு
 மாடல்ல மற்றை யவை.

٤١. الأمية

٤٠١. من تصدى لمجالس العلم بدون العلم
كمن لعب الشطرنج الذي لم تُحدَّ مربعاته.

٤٠٢. مثل الأمي الذي يحب الخطابة في مجلس العلم
كمثل المرأة التي تحب الأنوثة بلا ثديين.

٤٠٣. الأمي من الصالحين
إذا أنصت لرجال العلم والحكمة.

٤٠٤. قد يصح ما يرى الجاهل
ولكن عند أولي العلم فهو ليس بشيء.

٤٠٥. الجاهل المعجب بعلمه
يذهب إعجابه هباءً حين يلقى ذوي العلم.

٤٠٦. وجود الأمي كوجود الأرض المجدبة
لا يستفاد منها.

٤٠٧. المرء المحروم من الدقة والعظمة والنبوغ في العقل،
جماله كجمال الدمية الطينية.

٤٠٨. الفقر مضرة للصالحين
والغنى أضر منه للجاهلين.

٤٠٩. ذو العلم ولو كان من منحط النسب أفضل من أخي الجهالة
ولو كان من عريق النسب.

٤١٠. الفرق بين الجاهل والعالم
كالفرق بين الأنام والأنعام.

41. கல்லாமை

401. அரங்கின்றி வட்டாடி யற்றே நிரம்பிய
 நூலின்றிக் கோட்டி கொளல்.

402. கல்லாதான் சொற்கா முறுதல் முலையிரண்டும்
 இல்லாதாள் பெண்காமுற் றற்று.

403. கல்லா தவரும் நனிநல்லர் கற்றார்முன்
 சொல்லா திருக்கப் பெறின்.

404. கல்லாதான் ஒட்பம் கழியநன் றாயினும்
 கொள்ளார் அறிவுடை யார்.

405. கல்லா ஒருவன் தகைமை தலைப்பெய்து
 சொல்லாடச் சோர்வு படும்.

406. உளரென்னும் மாத்திரையர் அல்லால் பயவாக்
 களரனையர் கல்லா தவர்.

407. நுண்மாண் நுழைபுலம் இல்லான் எழில்நலம்
 மண்மாண் புனைபாவை யற்று.

408. நல்லார்கண் பட்ட வறுமையின் இன்னாதே
 கல்லார்கண் பட்ட திரு.

409. மேற்பிறந்தா ராயினும் கல்லாதார் கீழ்ப்பிறந்தும்
 கற்றார் அனைத்திலர் பாடு.

410. விலங்கொடு மக்கள் அனையர் இலங்குநூல்
 கற்றாரோ(டு) ஏனை யவர்.

٤٢. الاستماع

٤١١. خير الأموال ما حصلته الأذن وذلك هو أغلى الأموال.

٤١٢. يُتوجه إلى الأكل إذا تفرغ المرء من استماع العلم.

٤١٣. من استمع إلى العلم متنعمة آذانه به كان كمثل أهل السماء.

٤١٤. ليستمع الأمي إلى العلم علّه ينفعه عند الأزمات.

٤١٥. قول الحكيم كعصا يمسكها صاحبها خوفا من الانزلاق.

٤١٦. ليستمع المرء إلى الخير ولو كان يسيراً فإنه يعلي شأنه.

٤١٧. من جهد في تحصيل العلم وأصغى أذنيه إليه فلا يسيء في الكلام ولو نسياناً.

٤١٨. من لم يملأ أذنيه علماً فهو صم ولو كان يسمع.

٤١٩. من لم يسمتع إلى الحِكم فقليل تواضعه في الكلام.

٤٢٠. من استلذ بالفم ولم يستلذ بالسمع فحياته ومماته سواء!

42. கேள்வி

411. செல்வத்துட் செல்வஞ் செவிச்செல்வம் அச்செல்வம்
செல்வத்து ளெல்லாந் தலை.

412. செவிக்குண வில்லாத போழ்து சிறிது
வயிற்றுக்கும் ஈயப் படும்.

413. செவியுணவிற் கேள்வி யுடையார் அவியுணவின்
ஆன்றாரோ டொப்பர் நிலத்து.

414. கற்றில னாயினுங் கேட்க அதுவருவற்(கு)
ஒற்கத்தின் ஊற்றாந் துணை.

415. இழுக்கல் உடையுழி ஊற்றுக்கோல் அற்றே
ஒழுக்க முடையார்வாய்ச் சொல்.

416. எனைத்தானும் நல்லவை கேட்க அனைத்தானும்
ஆன்ற பெருமை தரும்.

417. பிழைத்துணர்ந்தும் பேதைமை சொல்லா ரிழைத்துணர்ந்
தீண்டிய கேள்வி யவர்.

418. கேட்பினுங் கேளாத் தகையவே கேள்வியால்
தோட்கப் படாத செவி.

419. நுணங்கிய கேள்விய ரல்லார் வணங்கிய
வாயின ராதல் அரிது.

420. செவியிற் சுவையுணரா வாயுணர்வின் மாக்கள்
அவியினும் வாழினும் என்.

٤٣. الحكمة

٤٢١. الحكمة حماية من البلاء
وحصن من الأعداء.

٤٢٢. العلم ينهي النفس عن الهوى
والغي ويهدي إلى سواء السبيل.

٤٢٣. الحكمة صحة القول
مهما يكن من قائل.

٤٢٤. الحكمة الإيضاح في الكلام
وإدراك دقائق كلام الآخرين.

٤٢٥. الحكمة كسب قلوب الكبار
والثبات على صداقتهم.

٤٢٦. الحكمة حقيقة
التماشي مع الزمان المتغير.

٤٢٧. الحكيم يتفرس ماذا سيكون
والجاهل ليس كذلك.

٤٢٨. ما يستحق أن يهاب منه فذو العلم يهابه
والجاهل لا يهابه.

٤٢٩. ذو العلم يستعد لدفع البلاء
فلا تُرْعِده البليات.

٤٣٠. من أوتي الحكمة فقد أوتي كل شيء،
ومن لم يؤت الحكمة فلم يؤت شيئا ولو ملك ما ملك.

43. அறிவுடைமை

421. அறிவற்றங் காக்குங் கருவி செறுவார்க்கும்
 உள்ளழிக்க லாகா அரண்.

422. சென்ற இடத்தால் செலவிடா தீதொரீஇ
 நன்றின்பால் உய்ப்ப தறிவு.

423. எப்பொருள் யார்யார்வாய்க் கேட்பினும் அப்பொருள்
 மெய்ப்பொருள் காண்ப தறிவு.

424. எண்பொருள வாகச் செலச்சொல்லித் தான்பிறர்வாய்
 நுண்பொருள் காண்ப தறிவு.

425. உலகம் தழீஇய தொட்பம் மலர்தலும்
 கூம்பலும் இல்ல தறிவு.

426. எவ்வ துறைவ(து) உலகம் உலகத்தோ(டு)
 அவ்வ துறைவ தறிவு.

427. அறிவுடையார் ஆவ தறிவார் அறிவிலார்
 அஃதறி கல்லா தவர்.

428. அஞ்சுவ தஞ்சாமை பேதைமை அஞ்சுவது
 அஞ்சல் அறிவார் தொழில்.

429. எதிரதாக் காக்கும் அறிவினார்க் கில்லை
 அதிர வருவதோர் நோய்.

430. அறிவுடையார் எல்லா முடையார் அறிவிலார்
 என்னுடைய ரேனும் இலர்.

٤٤. تجنب العيوب

٤٣١. من تخلى عن الكبر والغضب والهوى فستعظم ثروته وتزدهر.

٤٣٢. الشح والإعجاب بالنفس والأنفة عيوب في سيد القوم.

٤٣٣. من كره الذل ير الذنب مثقال الذرة مثلَ النارنجيل ويتجنبه.

٤٣٤. اجتنبْ الذنوب فإنها عدو فتاك.

٤٣٥. من لم يستعد لدفع البلاء يهلكْ كما ينحرق القش إذا انتشرت النار فيه.

٤٣٦. هل يبقى لملك من عيب إذا أصلح عيوب نفسه ثم توجه إلى عيوب غيره؟

٤٣٧. مال الشحيح الذي لم يؤد حقه يضيع سريعاً.

٤٣٨. القلب الذي يطمع في المال شحيح وآثم كبير؛ تستقل معه آثام أخرى.

٤٣٩. لا تكابر نفسك دوماً ولا تحب أن تعمل ما لا ينفعك.

٤٤٠. من أسر ما يهوى فلا تضره خطط أعدائه ضده.

44. குற்றம் கடிதல்

431. செருக்குஞ் சினமும் சிறுமையும் இல்லார்
பெருக்கம் பெருமித நீர்த்து.

432. இவறலும் மாண்பிறந்த மானமும் மாணா
உவகையும் ஏதம் இறைக்கு.

433. தினைத்துணையாங் குற்றம் வரினும் பனைத்துணையாக்
கொள்வர் பழிநாணு வார்.

434. குற்றமே காக்க பொருளாகக் குற்றமே
அற்றந் தரூஉம் பகை.

435. வருமுன்னர்க் காவாதான் வாழ்க்கை எரிமுன்னர்
வைத்தூறு போலக் கெடும்.

436. தன்குற்றம் நீக்கிப் பிறர்குற்றங் காண்கிற்பின்
என்குற்ற மாகும் இறைக்கு.

437. செயற்பால செய்யா திவறியான் செல்வம்
உயற்பால தன்றிக் கெடும்.

438. பற்றுள்ளம் என்னும் இவறன்மை எற்றுள்ளும்
எண்ணப் படுவதொன் றன்று.

439. வியவற்க எஞ்ஞான்றும் தன்னை நயவற்க
நன்றி பயவா வினை.

440. காதல காதல் அறியாமை உய்க்கிற்பின்
ஏதில ஏதிலார் நூல்.

٤٥. صحبة الكبار

٤٤١. ينبغي بذل الجهد للبحث عن صحبة الزاهد الكبير السن.

٤٤٢. اتخذ صحبة الكبار الذين يعيونونك عند المآزق ويذبونك عنها قبل وصولها.

٤٤٣. أندر النوادر الحصول على صحبة العاقل الكبير ببذل ما يرضيه.

٤٤٤. صحبة من هو أفضل منا عقلاً قوةٌ من أقوى القوات.

٤٤٥. الوزراء من الملك في منزلة الأعين من الجسد، ليختبرْهم قبل استعمالهم ومصاحبتهم.

٤٤٦. من اتخذ لصحبته أصحاب الرأي والنهى فلا تضره معاداة الأعداء.

٤٤٧. فهل يهلك الملك الذي يعمل بما يراه مستشاره المخلص؟

٤٤٨. الملك إذا لم يكن له من يخلص له المشورة هلَكَ وإن لم يُهلكه خصمه.

٤٤٩. لا ربح بدون رأس المال فكذلك لا قرار لملك بدون الأعوان.

٤٥٠. العزوف عن صحبة العاقل الكبير أضر من معاداة عدة الأعداء عشرةَ أضعاف.

45. பெரியாரைத் துணைக்கோடல்

441. அறனறிந்து மூத்த அறிவுடையார் கேண்மை
திறனறிந்து தேர்ந்து கொளல்.

442. உற்றநோய் நீக்கி உறாஅமை முற்காக்கும்
பெற்றியார்ப் பேணிக் கொளல்.

443. அரியவற்று ளெல்லாம் அரிதே பெரியாரைப்
பேணித் தமராக் கொளல்.

444. தம்மிற் பெரியார் தமரா ஒழுகுதல்
வன்மையு ளெல்லாந் தலை.

445. சூழ்வார்கண் ணாக ஒழுகலான் மன்னவன்
சூழ்வாரைச் சூழ்ந்து கொளல்.

446. தக்கா ரினத்தனாய்த் தானொழுக வல்லானைச்
செற்றார் செயக்கிடந்த தில்.

447. இடிக்குந் துணையாரை யாள்வாரை யாரே
கெடுக்குந் தகைமை யவர்.

448. இடிப்பாரை இல்லாத ஏமரா மன்னன்
கெடுப்பா ரிலானுங் கெடும்.

449. முதலிலார்க்கு ஊதிய மில்லை மதலையாஞ்
சார்பிலார்க் கில்லை நிலை.

450. பல்லார் பகைகொளலிற் பத்தடுத்த தீமைத்தே
நல்லார் தொடர்கை விடல்.

٤٦. النفور من الدناءة

٤٥١. الكرام يتنفرون من الدناءة
واللئام يعتكفون عليها.

٤٥٢. الماء يتلون بلون مجراه
فكذلك المرء يتلون بلون القرناء.

٤٥٣. العقل عطية ربانية؛ ولكن يُعزُّ بقولهم:
قد أَمِر أمرُ هذا الرجل! بسبب حسن صحبته.

٤٥٤. يبدو أن الحكمة نتاج العقل
بل هي نتاج الصحبة الصالحة.

٤٥٥. يصفو القلب وتصلح الأعمال
بسبب صلاح الصحبة.

٤٥٦. ذوو القلوب السليمة يزرقون صالحي الأولاد؛
لا يعيى مَن صحب الصالحين بفعل شيء!

٤٥٧. رجاحة العقل تطور المرء
وحسن الصحبة يكسب له السمعة.

٤٥٨. إن كان الصالح راجح العقل
فستزداد رجاحته قوةً بصحبة الأخيار.

٤٥٩. بصلاح العقل تحسن العاقبة
وتزيدها حسناً الصحبة الصالحة.

٤٦٠. خير الأولياء حسن الصحبة
وشر الأعداء سوء الصحبة.

46. சிற்றினஞ் சேராமை

451. சிற்றினம் அஞ்சும் பெருமை சிறுமைதான்
சுற்றமாச் சூழ்ந்து விடும்.

452. நிலத்தியல்பால் நீர்திரிந் தற்றாகும் மாந்தர்க்(கு)
இனத்தியல்ப தாகும் அறிவு.

453. மனத்தானாம் மாந்தர்க் குணர்ச்சி இனத்தானாம்
இன்னான் எனப்படுஞ் சொல்.

454. மனத்து ளதுபோலக் காட்டி ஒருவற்கு
இனத்துள தாகும் அறிவு.

455. மனந்தூய்மை செய்வினை தூய்மை இரண்டும்
இனந்தூய்மை தூவா வரும்.

456. மனந்தூயார்க் கெச்சம்நன் றாகும் இனந்தூயார்க்(கு)
இல்லைநன் றாகா வினை.

457. மனநலம் மன்னுயிர்க் காக்கம் இனநலம்
எல்லாப் புகழும் தரும்.

458. மனநலம் நன்குடைய ராயினும் சான்றோர்க்(கு)
இனநலம் ஏமாப் புடைத்து.

459. மனநலத்தின் ஆகும் மறுமைமற் றஃதும்
இனநலத்தின் ஏமாப் புடைத்து.

460. நல்லினத்தி னூங்குந் துணையில்லை தீயினத்தின்
அல்லற் படுப்பதூஉம் இல்.

٤٧. القيام بأمر بعد التفكر فيه

٤٦١. قبل أن تقوم بشيء قدِّر رأس ماله ومصروفاته .
ومنافعه ثم أقدِمْ.

٤٦٢. من تدبر في شيء ثم تشاور المصطفين الأخيار فيه
يستطعْ أصعب الأمور.

٤٦٣. العاقل لا يعمد إلى تجارة يذهب كسادها برأس المال
طمعاً في ربحها المستقبلي.

٤٦٤. من خاف وصمة العار
فلن يتوغل في أمر ملتبس.

٤٦٥. التصدي لأمر بغير النظر في مضرته ومنفعته
كغرس المرء شجرةَ العداء بيديه.

٤٦٦. هلك من فعل ما لم يكن عليه أن يفعل
وهلك من لم يفعل ما كان عليه أن يفعل.

٤٦٧. تفكّر في أمر أولاً ثم ادخل فيه،
وأما من قال بعد الشروع فيه: "سوف أفكر فيما بعد " فهو غبي.

٤٦٨. من بدأ عملاً على وجه غير صحيح يفشلْ
ولو نصره الناصرون.

٤٦٩. كلٌ يعمل بما تناسب طبيعته
وإلا يحصل الخلط.

٤٧٠. ينبغي للمرء أن يعمل عملاً لا غبار عليه
لأن الناس لا يرضون بما لا يلائمهم.

47. தெரிந்து செயல்வகை

461. அழிவதூஉம் ஆவதூஉம் ஆகி வழிபயக்கும்
     ஊதியமும் சூழ்ந்து செயல்.

462. தெரிந்த இனத்தொடு தேர்ந்தெண்ணிச் செய்வார்க்(கு)
     அரும்பொருள் யாதொன்றும் இல்.

463. ஆக்கம் கருதி முதலிழக்கும் செய்வினை
     ஊக்கார் அறிவுடை யார்.

464. தெளிவி லதனைத் தொடங்கார் இளிவென்னும்
     ஏதப்பா(டு) அஞ்சு பவர்.

465. வகையறச் சூழா தெழுதல் பகைவரைப்
     பாத்திப் படுப்பதோ ராறு.

466. செய்தக்க அல்ல செயக்கெடும் செய்தக்க
     செய்யாமை யானுங் கெடும்.

467. எண்ணித் துணிக கருமம் துணிந்தபின்
     எண்ணுவம் என்ப(து) இழுக்கு.

468. ஆற்றின் வருந்தா வருத்தம் பலர்நின்று
     போற்றினும் பொத்துப் படும்.

469. நன்றாற்ற லுள்ளுந் தவறுண்(டு) அவரவர்
     பண்பறிந் தாற்றாக் கடை.

470. எள்ளாத எண்ணிச் செயல்வேண்டும் தம்மொடு
     கொள்ளாத கொள்ளா(து) உலகு.

٤٨. العلم بالقوة

٤٧١. احسَب صعوبة المهمة وقوتك وقوة أعدائك وقوة حلفائكما ثم ابدأ بالمهمة.

٤٧٢. من علم مدى قدرته وعرف ما لا بد من معرفته ثم جد بالاستقامة يستطع كل شيء.

٤٧٣. من بدأ أمراً بغير معرفة قدر نفسه هلك في إبانه.

٤٧٤. من لم يأنس بالناس ولم يعرف قدر نفسه وأعجب به تأخذه المهالك سريعاً.

٤٧٥. العربة إذا حمّلت بما لا تطيق تنهار ولو كان ما حمّل ريش الطاووس.

٤٧٦. من حاول أن يتسلق إلى ما بعد أعلى الشجرة سقط فهلك.

٤٧٧. تصدقْ بمالك معروفاً ولا تبسطه كل البسط فذلك أحفظ لمالك.

٤٧٨. فلا بأس أن يكون مورد المال ضيقاً إذا كان مخرجه ضيقاً.

٤٧٩. من لم يعرف قدر ماله ينفد ماله ولو كان يبدو أنه ينمو.

٤٨٠. من أسرف في إنفاق المال لاهياً عن قدره ينفد ماله سريعاً.

48. வலியறிதல்

471. வினைவலியும் தன்வலியும் மாற்றான் வலியும்
துணைவலியும் தூக்கிச் செயல்.

472. ஒல்வ தறிவ(து) அறிந்ததன் கண்தங்கிச்
செல்வார்க்குச் செல்லாத(து) இல்.

473. உடைத்தம் வலியறியார் ஊக்கத்தின் ஊக்கி
இடைக்கண் முரிந்தார் பலர்.

474. அமைந்தாங் கொழுகான் அளவறியான் தன்னை
வியந்தான் விரைந்து கெடும்.

475. பீலிபெய் சாகாடும் அச்சிறும் அப்பண்டஞ்
சால மிகுத்துப் பெயின்.

476. நுனிக்கொம்பர் ஏறினார் அஃதிறந் தூக்கின்
உயிர்க்கிறுதி ஆகி விடும்.

477. ஆற்றின் அளவறிந்து ஈக அதுபொருள்
போற்றி வழங்கும் நெறி.

478. ஆகா(று) அளவிட்டி தாயினுங் கேடில்லை
போகா(று) அகலாக் கடை.

479. அளவறிந்து வாழாதான் வாழ்க்கை உளபோல
இல்லாகித் தோன்றாக் கெடும்.

480. உளவரை தூக்காத ஒப்புர வாண்மை
வளவரை வல்லைக் கெடும்.

٤٩. معرفة الوقت

٤٨١. الغراب يهزم البوم في ضوء النهار
فكذلك الملك يهزم أعدائه إذا تحيّن لهم.

٤٨٢. العمل في وقته حبل متين
يوقف تسرب المال.

٤٨٣. لا يعجز المرء من فعل شيء
إذا اتخذ الوسائل في الوقت الملائم لها لأدائه.

٤٨٤. من اهتم بشأن الوقت المناسب
والمكان المناسب لأداء عملٍ فتحَ العالَم أجمع.

٤٨٥. من أراد تسخير العالَم لنفسه
يتحينْ الأوقات المناسبة صابراً.

٤٨٦. انسحاب الملك مؤقتاً
كتأخر الكبش إلى الوراء لينطح خصمه.

٤٨٧. الحكيم لا يظهر غيظه فوراً
بل يتربص لوقته.

٤٨٨. إذا رأيت عدوك فتنحَّ عنه؛
إذا نزلت به هلاكته تدحرج رأسه مقطوعاً.

٤٨٩. إذا سنحت لك الفرصة فاستفدْ منها
وقم بما أردت أن تقوم به.

٤٩٠. كن كالكركي إذ يهدأ ليقنص السمك
ثم يخطفه خطفة بسرعة بارقة.

49. காலமறிதல்

481. பகல்வெல்லும் கூகையைக் காக்கை இகல்வெல்லும்
     வேந்தர்க்கு வேண்டும் பொழுது.

482. பருவத்தோ(டு) ஒட்ட ஒழுகல் திருவினைத்
     தீராமை ஆர்க்குங் கயிறு.

483. அருவினை யென்ப உளவோ கருவியான்
     காலம் அறிந்து செயின்.

484. ஞாலம் கருதினுங் கைகூடுங் காலம்
     கருதி இடத்தாற் செயின்.

485. காலம் கருதி இருப்பர் கலங்காது
     ஞாலம் கருது பவர்.

486. ஊக்க முடையான் ஒடுக்கம் பொருதகர்
     தாக்கற்குப் பேருந் தகைத்து.

487. பொள்ளென ஆங்கே புறம்வேரார் காலம்பார்த்(து)
     உள்வேர்ப்பர் ஒள்ளி யவர்.

488. செறுநரைக் காணின் சுமக்க இறுவரை
     காணின் கிழக்காம் தலை.

489. எய்தற் கரிய(து) இயைந்தக்கால் அந்நிலையே
     செய்தற் கரிய செயல்.

490. கொக்கொக்க கூம்பும் பருவத்து மற்றதன்
     குத்தொக்க சீர்த்த இடத்து.

٥٠. معرفة الأماكن

٤٩١. لا تشعَّل نار الحرب قبل تدبير المكان المناسب لها
ولا يستهان بالعدو أبداً.

٤٩٢. الحصن يزيد الملك المعادي
قوةً بعد قوة.

٤٩٣. الملك الضعيف يهزم القوي
إذا هجم عليه من مكان متحصن مناسب للهجوم منه.

٤٩٤. الملك إذا زحف إلى مكان مناسب ليقاتل عدوه فيه
فبغية أعدائه للغلبة عليه تبوء بالفشل.

٤٩٥. عزّ التمساح في بحيرته العميقة؛
إذا خرج منها هزمته سباع البر.

٤٩٦. لا تجري المراكب ذات العجلات على البحر
ولا السفن على البر.

٤٩٧. من دبّر لكل خطوة يخطوها وينفذها من مكان مناسب
فلا يحتاج إلى نصير غير الشجاعة.

٤٩٨. الملك مع جيشه العرمرم
إذا دخل مكاناً لا يناسب إلا لملك قليل الجيش انهزم.

٤٩٩. لا يشك في هزيمة ملك إذا هاجم على أهل بلد في بلدهم
ولو كانوا لا يجدون لهم حصناً ولا قوةً.

٥٠٠. الفيل الذي يهابه الرماحون
إذا تورط في الوحل أكلته الثعالب.

50. இடனறிதல்

491. தொடங்கற்க எவ்வினையும் எள்ளற்க முற்றும்
இடங்கண்ட பின்அல் லது.

492. முரண்சேர்ந்த மொய்ம்பி னவர்க்கும் அரண்சேர்ந்தாம்
ஆக்கம் பலவுந் தரும்.

493. ஆற்றாரும் ஆற்றி அடுப இடனறிந்து
போற்றார்கண் போற்றிச் செயின்.

494. எண்ணியார் எண்ணம் இழப்பர் இடனறிந்து
துன்னியார் துன்னிச் செயின்.

495. நெடும்புனலுள் வெல்லும் முதலை அடும்புனலின்
நீங்கின் அதனைப் பிற.

496. கடலோடா கால்வல் நெடுந்தேர் கடலோடும்
நாவாயும் ஓடா நிலத்து.

497. அஞ்சாமை அல்லால் துணைவேண்டா எஞ்சாமை
எண்ணி இடத்தால் செயின்.

498. சிறுபடையான் செல்லிடம் சேரின் உறுபடையான்
ஊக்கம் அழிந்து விடும்.

499. சிறைநலனும் சீரும் இலரெனினும் மாந்தர்
உறைநிலத்தோ(டு) ஒட்டல் அரிது.

500. காலாழ் களரில் நரியடும் கண்ணஞ்சா
வேலாள் முகத்த களிறு.

٥١. التصديق بعد التثبت

٥٠١. لا يعتمد على المرء إلا بعد ابتلائه بأربعة أمور: التقوى والثروة والمتعة وخوف النفس.

٥٠٢. ثقْ بالمرء الذي هو شهم وبريئ من الخطايا وخواف من العار.

٥٠٣. إذا تأملت لوجدت أن عدم الجهالة يندر وجودها ولو في أهل العلم المتميزين.

٥٠٤. إعرف محاسن المرء ومساوئه وأيهما أكثر فيه ثم اصطفه لنفسك.

٥٠٥. شيم المرء محك تعرف به نبالته ورذالته.

٥٠٦. لا تتكل على من ليس له ذوو القربى لأنه لا يعرف الحب ولا يستحي من الجريمة.

٥٠٧. الثقة بالجاهل لأنه حبيب تفضي إلى الغواية.

٥٠٨. من اعتمد على المجهول أحاطت به وبذريته المصائب.

٥٠٩. لا تثقْ بأحد إلا بعد اختباره, إذا اختبرته فحمّلْه ما يليق به.

٥١٠. الثقة بالمرء بغير التجربة والشك في المرء الموثوق به, يفضي كلاهما إلى الدواهي.

51. தெரிந்து தெளிதல்

501. அறம்பொருள் இன்பம் உயிரச்சம் நான்கின்
திறந்தெரிந்து தேறப் படும்.

502. குடிப்பிறந்து குற்றத்தின் நீங்கி வடுப்பரியும்
நாணுடையான் கட்டே தெளிவு.

503. அரியகற்று ஆசற்றார் கண்ணும் தெரியுங்கால்
இன்மை அரிதே வெளிறு.

504. குணம்நாடிக் குற்றமும் நாடி அவற்றுள்
மிகைநாடி மிக்க கொளல்.

505. பெருமைக்கும் ஏனைச் சிறுமைக்கும் தத்தம்
கருமமே கட்டளைக் கல்.

506. அற்றாரைத் தேறுதல் ஓம்புக மற்றவர்
பற்றிலர் நாணார் பழி.

507. காதன்மை கந்தா அறிவறியார்த் தேறுதல்
பேதைமை எல்லாந் தரும்.

508. தேரான் பிறனைத் தெளிந்தான் வழிமுறை
தீரா இடும்பை தரும்.

509. தேறற்க யாரையும் தேராது தேர்ந்தபின்
தேறுக தேறும் பொருள்.

510. தேரான் தெளிவும் தெளிந்தான்கண் ஐயுறவும்
தீரா இடும்பை தரும்.

٥٢. التوظيف بعد التفكر

٥١١. اخترْ لنفسك من يميز بين الخير والشر
ثم يجنح إلى الخير.

٥١٢. ليخدمْ من يستطيع أن يزيد الثروة بتنمية الموارد المالية
وأن يزيل العوائق بعد اكتشافها.

٥١٣. يُقبل من كان فيه أربع خصال:
الحب والعقل وعدم التردد وعدم الطمع.

٥١٤. مهما بذل الجهد في الاختيار
يتغير الرجال بتغير الأعمال.

٥١٥. لا يُختار المرء لكونه محبوباً
بل لعلمه وقدرته على القيام بالعمل.

٥١٦. ليُستقصى استطاعة الرجل وطبيعة العمل
وكفاية الوقت لأدائه ثم يوكل هو بالعمل.

٥١٧. يُتأمل أولاً في قدرة المرء على أداء العمل وفي وسائله له
ثم يخلى بينه وبين عمله.

٥١٨. ليُنظر فيما يناسب المرء من الأشغال
ثم يوظّف فيه.

٥١٩. تمحق بركة السيد إذا راب في صحبة المرء
الذي يكد في العمل الذي قبله.

٥٢٠. ليتفقد الملك عمالَه يومياً
لأن صلاح الدنيا في صلاحهم.

52. தெரிந்து வினையாடல்

511. நன்மையும் தீமையும் நாடி நலம்புரிந்த
     தன்மையான் ஆளப் படும்.

512. வாரி பெருக்கி வளம்படுத்து உற்றவை
     ஆராய்வான் செய்க வினை.

513. அன்பறிவு தேற்றம் அவாவின்மை இந்நான்கும்
     நன்குடையான் கட்டே தெளிவு.

514. எனைவகையான் தேறியக் கண்ணும் வினைவகையான்
     வேறாகும் மாந்தர் பலர்.

515. அறிந்தாற்றிச் செய்கிற்பாற்(கு) அல்லால் வினைதான்
     சிறந்தானென்(று) ஏவற்பாற் றன்று.

516. செய்வானை நாடி வினைநாடிக் காலத்தோ(டு)
     எய்த உணர்ந்து செயல்.

517. இதனை இதனால் இவன்முடிக்கும் என்றாய்ந்து
     அதனை அவன்கண் விடல்.

518. வினைக்குரிமை நாடிய பின்றை அவனை
     அதற்குரிய னாகச் செயல்.

519. வினைக்கண் வினையுடையான் கேண்மைவே றாக
     நினைப்பானை நீங்கும் திரு.

520. நாடோறும் நாடுக மன்னன் வினைசெய்வான்
     கோடாமை கோடா துலகு.

٥٣. حسن المعاشرة مع الأقرباء

٥٢١. ذوو القربى هم الذين يعاشرون أقرباءهم بالمعروف
ويمدحون قرابتهم القديمة ولو عالوا.

٥٢٢. حب ذوي القربى إذا استمر
أضعف الثراء أضعافاً.

٥٢٣. الرجل إذا لم يخلص مع أقربائه
كان كمن ملأ الحوضَ الذي لا سدود له ماءً.

٥٢٤. حسن المعاشرة مع الأقرباء
هو ثمرة الثراء.

٥٢٥. من عذب كلامه وكثر عطائه
أحاط به قربائه إحاطةً.

٥٢٦. من كثر عطائه وقل غضبه
فهو أكثر الناس قرابة في الدنيا.

٥٢٧. الغراب إذا وجد طعاماً نعق به ليشرك إخوانه فيه؛
من كان مثله تبقى ثروته.

٥٢٨. الملك إذا أنزل الناس حسب منازلهم
ولم يعاملهم معاملة واحدة فقد أعجب كثيراً منهم.

٥٢٩. من كان قربائه انقطعوا عنه، يرجعون إليه
إذا أصلح ما بسببه كان انقطاعهم.

٥٣٠. إذا فارق الملك قريبُه ثم رجع إليه لحاجة،
فلا بد للملك أن يقضي حاجته ويقربه إليه بعد التحقق.

53. சுற்றந்தழால்

521. பற்றற்ற கண்ணும் பழைமைபா ராட்டுதல்
சுற்றத்தார் கண்ணே உள.

522. விருப்பறாச் சுற்றம் இயையின் அருப்பறா
ஆக்கம் பலவும் தரும்.

523. அளவளா வில்லாதான் வாழ்க்கை குளவளாக்
கோடின்றி நீர்நிறைந் தற்று.

524. சுற்றத்தால் சுற்றப் படஒழுகல் செல்வந்தான்
பெற்றத்தால் பெற்ற பயன்.

525. கொடுத்தலும் இன்சொலும் ஆற்றின் அடுக்கிய
சுற்றத்தால் சுற்றப் படும்.

526. பெருங்கொடையான் பேணான் வெகுளி அவனின்
மருங்குடையார் மாநிலத்து இல்.

527. காக்கை கரவா கரைந்துண்ணும் ஆக்கமும்
அன்னநீ ரார்க்கே உள.

528. பொதுநோக்கான் வேந்தன் வரிசையா நோக்கின்
அதுநோக்கி வாழ்வார் பலர்.

529. தமராகித் தற்றுறந்தார் சுற்றம் அமராமைக்
காரணம் இன்றி வரும்.

530. உழைப்பிரிந்து காரணத்தின் வந்தானை வேந்தன்
இழைத்திருந்து எண்ணிக் கொளல்.

٥٤. عدم الغفلة

٥٣١. الغفلة التي تنتج من شدة الفرح أشد ضررا من الغضب المفرط.

٥٣٢. الفقر المستمر يفسد العقل كذلك الغفلة تخرم العزة.

٥٣٣. الغافل لا يذيع صيته، هذا ما رآه أصحاب الكتب في العالم.

٥٣٤. لا ينفع الحصن من كان خوافاً ولا يستفيد من نعمه من كان غافلا.

٥٣٥. من لم يستعد للدفاع عن البليات قبل وقوعها غافلاً ندم حين تفاجئه.

٥٣٦. الصحوة مع كل شخص في كل حين صفة هي أفضل ما يتصف به المرء.

٥٣٧. ليس للمرء ما لا يستطيع إذا بدئه بالاحتياط وأنفذه بالتيقظ.

٥٣٨. قم بما أوجبه الكتّاب الحكماء والذين لم يقوموا به تحيط البلايا بأجيالهم السبعة القادمة.

٥٣٩. الرجل الذي استغرق في الفرح وغفل عن واجبه فلا بد له أن يتفكر في من هلك بالغفلة قبله.

٥٤٠. يتيسر للمرء ما يريده إذا ركّز عليه كل التركيز.

54. பொச்சாவாமை

531. இறந்த வெகுளியின் தீதே சிறந்த
உவகை மகிழ்ச்சியிற் சோர்வு.

532. பொச்சாப்புக் கொல்லும் புகழை அறிவினை
நிச்ச நிரப்புக்கொன் றாங்கு.

533. பொச்சாப்பார்க் கில்லை புகழ்மை அதுஉலகத்(து)
எப்பால்நூ லோர்க்கும் துணிவு.

534. அச்ச முடையார்க்(கு) அரணில்லை ஆங்கில்லை
பொச்சாப் புடையார்க்கு நன்கு.

535. முன்னுறக் காவா(து) இழுக்கியான் தன்பிழை
பின்னூ(று) இரங்கி விடும்.

536. இழுக்காமை யார்மாட்டும் என்றும் வழுக்காமை
வாயின் அதுவொப்ப(து) இல்.

537. அரியஎன்று ஆகாத இல்லைபொச் சாவாக்
கருவியால் போற்றிச் செயின்.

538. புகழ்ந்தவை போற்றிச் செயல்வேண்டும் செய்யா(து)
இகழ்ந்தார்க்(கு) எழுமையும் இல்.

539. இகழ்ச்சியின் கெட்டாரை உள்ளுக தாந்தம்
மகிழ்ச்சியின் மைந்துறும் போழ்து.

540. உள்ளியது எய்தல் எளிதுமன் மற்றுந்தான்
உள்ளியது உள்ளப் பெறின்.

٥٥. الحكومة العادلة

٥٤١. العدل هو تحقيق الجريمة ثم عدم المحايدة ثم إجراء العدل المناسب بعد المشورة.

٥٤٢. الخلق يلجئون إلى الغيث للبقاء وكذلك الرعايا يلجؤون إلى الحاكم للقضاء.

٥٤٣. الحكومة العادلة أساس لاستدامة تعليمات الكتب المقدسة وحسن الخلق.

٥٤٤. الحاكم الذي يسوس الناس بالرفق والعدل يحترمه الخلق غاية الاحترام.

٥٤٥. الحاكم الذي يسوس الناس بالعدل يدر القطر الموسمي في بلده ويكثر المحصول.

٥٤٦. لا يظل الفوز في الرماح بل في حكم الحاكم إذا لم يحايد.

٥٤٧. الملك يحمي رعيته ويحمي الملك عدلُه وعدمُ حيدته.

٥٤٨. الملك الذي يصعب الوصول إليه ولا ينفذ الحكم بعد التحقق ينحط ويهلك.

٥٤٩. الذب عن الرعايا وحمايتهم وعقابهم لتأديبهم فرض على الملك وليس عيباً.

٥٥٠. عقوبة الإعدام للقاتل الشرير كمثل النزع للعشب الضار.

55. செங்கோன்மை

541. ஓர்ந்துகண் ணோடா(து) இறைபுரிந்து யார்மாட்டும்
தேர்ந்துசெய் வஃதே முறை.

542. வானோக்கி வாழும் உலகெல்லாம் மன்னவன்
கோல்நோக்கி வாழுங் குடி.

543. அந்தணர் நூற்கும் அறத்திற்கும் ஆதியாய்
நின்றது மன்னவன் கோல்.

544. குடிதழீஇக் கோலோச்சும் மாநில மன்னன்
அடிதழீஇ நிற்கும் உலகு.

545. இயல்புளிக் கோலோச்சும் மன்னவன் நாட்ட
பெயலும் விளையுளும் தொக்கு.

546. வேலன்று வென்றி தருவது மன்னவன்
கோலதூஉங் கோடா தெனின்.

547. இறைகாக்கும் வையகம் எல்லாம் அவனை
முறைகாக்கும் முட்டாச் செயின்.

548. எண்பதத்தான் ஓரா முறைசெய்யா மன்னவன்
தண்பதத்தான் தானே கெடும்.

549. குடிபுறங் காத்தோம்பிக் குற்றம் கடிதல்
வடுவன்று வேந்தன் தொழில்.

550. கொலையிற் கொடியாரை வேந்தொறுத்தல் பைங்கூழ்
களைகட் டதனொடு நேர்.

٥٦. الحكومة الظالمة

٥٥١. الملك الجائر الأعمالِ
كمثل من كانت حرفته الاغتيال.

٥٥٢. صاحب السلطة إذا طلب أموال الناس
كان كمثل قاطع الطريق رافعاً رمحه.

٥٥٣. الملك إذا لم يراقب أعمال رعيته خيرها وشرها يومياً
اضمحلت دولته رويداً رويداً.

٥٥٤. الملك الذي يتغافل عن العدل
اضمحلت دولته ورعيته معاً.

٥٥٥. أليست دموع المنكوبين سلاحاً
يبيد الملك ودولته!

٥٥٦. العدل يطبق الآفاق للملك دوما
وعدمه لا يبقي سمعته يوماً.

٥٥٧. ما كان لمنع القطر من التأثير على الخلق
كان لظلم الملك على رعية بلده.

٥٥٨. الغنى أضر من الفقر لشخص
إذا كان تحت سلطة الظالم.

٥٥٩. جور الحاكم يشوش الموسم
ويمنع السحب من القطر.

٥٦٠. إذا لم يحمِ الملك دولته تنضب ضروع الأبقار
وينسَ الزهاد الفيدا.

56. கொடுங்கோன்மை

551. கொலைமேற்கொண் டாரிற் கொடிதே அலைமேற்கொண்(டு)
 அல்லவை செய்தொழுகும் வேந்து.

552. வேலொடு நின்றான் இடுவென் றதுபோலும்
 கோலொடு நின்றான் இரவு.

553. நாடொறும் நாடி முறைசெய்யா மன்னவன்
 நாடொறும் நாடு கெடும்.

554. கூழுங் குடியும் ஒருங்கிழக்கும் கோல்கோடிச்
 சூழாது செய்யும் அரசு.

555. அல்லற்பட்(டு) ஆற்றா(து) அழுதகண் ணீரன்றே
 செல்வத்தைத் தேய்க்கும் படை.

556. மன்னர்க்கு மன்னுதல் செங்கோன்மை அஃதின்றேல்
 மன்னாவாம் மன்னர்க் கொளி.

557. துளியின்மை ஞாலத்திற்(கு) எற்றற்றே வேந்தன்
 அளியின்மை வாழும் உயிர்க்கு.

558. இன்மையின் இன்னா(து) உடைமை முறைசெய்யா
 மன்னவன் கோற்கீழ்ப் படின்.

559. முறைகோடி மன்னவன் செய்யின் உறைகோடி
 ஒல்லாது வானம் பெயல்.

560. ஆபயன் குன்றும் அறுதொழிலோர் நூல்மறப்பர்
 காவலன் காவான் எனின்.

٥٧. تجنب الظلم

٥٦١. الملك هو من بحث عن وجوه الجرائم وسد ذرائعها ثم عاقب عقاباً يليق بها.

٥٦٢. الملك الذي يريد أن لا يتسرب ماله ليرفعْ عصاه بعنف ويضعْه بلطف.

٥٦٣. الملك الذي يُخيف رعاياه ويظلمهم يتسرع إليه هلاكه.

٥٦٤. السلطان الذي قال عنه رعيته "إن ملكنا لبطاش" تتقلص أيامه وتنقضي.

٥٦٥. خزائن الملك ذي وجه بشع كمثل خزائن حوتها الشياطين.

٥٦٦. إذا غلظ قول الملك وقل عفوه فقد نقص ماله وزالت أيامه.

٥٦٧. تعنيف القول والإسراف في المؤاخذة هما شيئان يُذهِبان قوة الملك الجبارة.

٥٦٨. الرخاء يغادر الملك إذا لم يدبر أمره ولم يكظم غضبه ولم يستشر وزرائه.

٥٦٩. الملك الذي لم يهيئ حصناً لنفسه يهلك يوم يلقى العدو.

٥٧٠. أثقل الناس على وجه الأرض بطانة السوء والجهل للملك الجاهل.

57. வெருவந்தசெய்யாமை

561. தக்காங்கு நாடித் தலைச்செல்லா வண்ணத்தால்
ஒத்தாங்(கு) ஒறுப்பது வேந்து.

562. கடிதோச்சி மெல்ல எறிக நெடிதாக்கம்
நீங்காமை வேண்டு பவர்.

563. வெருவந்த செய்தொழுகும் வெங்கோல னாயின்
ஒருவந்தம் ஒல்லைக் கெடும்.

564. இறைகடியன் என்றுரைக்கும் இன்னாச்சொல் வேந்தன்
உறைகடுகி ஒல்லைக் கெடும்.

565. அருஞ்செவ்வி இன்னா முகத்தான் பெருஞ்செல்வம்
பேஎய்கண் டன்ன(து) உடைத்து.

566. கடுஞ்சொல்லன் கண்ணிலன் ஆயின் நெடுஞ்செல்வம்
நீடின்றி ஆங்கே கெடும்.

567. கடுமொழியும் கையிகந்த தண்டமும் வேந்தன்
அடுமுரண் தேய்க்கும் அரம்.

568. இனத்தாற்றி எண்ணாத வேந்தன் சினத்தாற்றிச்
சீறிற் சிறுகும் திரு.

569. செருவந்த போழ்திற் சிறைசெய்யா வேந்தன்
வெருவந்து வெய்து கெடும்.

570. கல்லார்ப் பிணிக்கும் கடுங்கோல் அதுவல்ல(து)
இல்லை நிலக்குப் பொறை.

٥٨. الحنان

٥٧١. وجود الدنيا
بوجود جمال الرحمة في الناس.

٥٧٢. إنما الدنيا بالحنان
وحياة البرية بدونه ثقل على وجه الأرض.

٥٧٣. لا خير في أغنية إذا لم يتغنَ بها
ولا خير في عين إن لم تكن فيها رحمة.

٥٧٤. لا نفع في العين التي لا ترحم
إلا وجودها في الوجه.

٥٧٥. جمال العينين في رقتهما
وإن خليتا منها أصبحتا قرحين.

٥٧٦. مثل من كانت له عينان لا تشفقان
كمثل شجرة مغروسة في القيعان.

٥٧٧. من فقد الرحمة في عينيه فهو أخو العمى
وذو العينين في الحقيقة لا يفقد الرحمة.

٥٧٨. من نظر بلطف إلى الخلق ولم يخلّ بواجبه
ملك الدنيا بحذافيرها.

٥٧٩. تظل الميزة في الصبر والعفو
عمن يضرنا.

٥٨٠. الرحوم المحسن إلى الناس
إن قدم له أصدقائه السم مع الطعام أكله وأحسن إليهم.

58. கண்ணோட்டம்

571. கண்ணோட்டம் என்னும் கழிபெருங் காரிகை
உண்மையான் உண்டிவ் வுலகு.

572. கண்ணோட்டத் துள்ள(து) உலகியல் அஃதிலார்
உண்மை நிலக்குப் பொறை.

573. பண்என்னாம் பாடற்(கு) இயைபின்றேல் கண்என்னாம்
கண்ணோட்டம் இல்லாத கண்.

574. உளபோல் முகத்தெவன் செய்யும் அளவினால்
கண்ணோட்டம் இல்லாத கண்.

575. கண்ணிற்(கு) அணிகலம் கண்ணோட்டம் அஃதின்றேல்
புண்ணென்(று) உணரப் படும்.

576. மண்ணோ டியைந்த மரத்தனையர் கண்ணோ
டியைந்துகண் ணோடா தவர்.

577. கண்ணோட்டம் இல்லவர் கண்ணிலர் கண்ணுடையார்
கண்ணோட்டம் இன்மையும் இல்.

578. கருமம் சிதையாமல் கண்ணோட வல்லார்க்(கு)
உரிமை உடைத்திவ் வுலகு.

579. ஒறுத்தாற்றும் பண்பினார் கண்ணும்கண் ணோடிப்
பொறுத்தாற்றும் பண்பே தலை.

580. பெயக்கண்டும் நஞ்சுண் டமைவர் நயத்தக்க
நாகரிகம் வேண்டு பவர்.

٥٩. التجسس

٥٨١. التجسس والنصفة هما عينا الملك.

٥٨٢. يجب على الملك أن يقف على كل ما يحدث حوله في كل مكان وزمان.

٥٨٣. لا يفوز الملك إلا باستعانة الجواسيس وبالعناية باستخباراتهم.

٥٨٤. الجاسوس هو من استخبر عمال الملك وأقربائه وخصومه وغيرهم.

٥٨٥. العين من يجيد أن يتنكر ولا يخاف ولا يبوح بالسر.

٥٨٦. العين هو الذي يتمثل زاهداً وأن يقتحم أينما شاء ويستخبر فيه ولا يكشف نفسه تحت أي ظرف.

٥٨٧. من تسمّع الأسرار الخافية ولا يرتاب فيها فهو الجاسوس حقاً.

٥٨٨. ليتثبت الملك أولا ما أتى به جاسوسه بجاسوس آخر.

٥٨٩. ليستعمل الحاكم العيون بغير علم بعضهم ببعض ثم لا يقبل ما أتوا به إلا إذا وافق الثلاثة عليه.

٥٩٠. لا يكرم الملك جاسوسه في مشهد الناس وإن فعل ذلك ففد فضح نفسه.

59. ஒற்றாடல்

581. ஒற்றும் உரைசான்ற நூலும் இவையிரண்டும்
தெற்றென்க மன்னவன் கண்.

582. எல்லார்க்கும் எல்லாம் நிகழ்பவை எஞ்ஞான்றும்
வல்லறிதல் வேந்தன் தொழில்.

583. ஒற்றினான் ஒற்றிப் பொருள்தெரியா மன்னவன்
கொற்றங் கொளக்கிடந்த(து) இல்.

584. வினைசெய்வார் தம்சுற்றம் வேண்டாதார் என்றாங்(கு)
அனைவரையும் ஆராய்வ(து) ஒற்று.

585. கடாஅ உருவொடு கண்ணஞ்சா(து) யாண்டும்
உகாஅமை வல்லதே ஒற்று.

586. துறந்தார் படிவத்த ராகி இறந்தாராய்ந்(து)
என்செயினும் சோர்வில(து) ஒற்று.

587. மறைந்தவை கேட்கவற் றாகி அறிந்தவை
ஐயப்பா(டு) இல்லதே ஒற்று.

588. ஒற்றொற்றித் தந்த பொருளையும் மற்றுமோர்
ஒற்றினால் ஒற்றிக் கொளல்.

589. ஒற்றொற் றுணராமை ஆள்க உடன்மூவர்
சொற்றொக்க தேறப் படும்.

590. சிறப்பறிய ஒற்றின்கண் செய்யற்க செய்யின்
புறப்படுத்தான் ஆகும் மறை.

٦٠. القوة

٥٩١. من ملك القوة فهو صاحب المِلك
ومن ملك كل شيء إلا إياها فهل يقال له صاحب الملك؟

٥٩٢. مِلك القوة هو الملك حقاً
وملك غيرها لا يبقى بل ينفد.

٥٩٣. من ملك القوة فلن ينعى قائلاً:
"ذهب المال عني".

٥٩٤. ذو القوة الحازمة
تلحقه الثراء بنفسها.

٥٩٥. طول ساق اللوتس بحسب عمق الماء
وكذلك سعادة المرء بحسب قوته.

٥٩٦. فلتكن أمانيك عالية؛
وإن لم تحصل عليها، تمسك بزمام القوة أبدا.

٥٩٧. صاحب القوة لا يجزع إذا يفشل
كالفيل الذي لا تتزلزل أقدامه إذا طُعِن.

٥٩٨. المرء الذي لا قوة له لا يستطيع أن يعظم نفسه قائلاً:
"أنا سخي في هذه الدنيا".

٥٩٩. الفيل مع كبر جثته وحدة أنيابه
يرهب إذا هاجم عليه النمر.

٦٠٠. ما القوة إلا الحكمة البالغة،
ومن فقدها فهو صنو الشجر لا فرق بينهما إلا في المظهر.

60. ஊக்கமுடைமை

591. உடையர் எனப்படுவ(து) ஊக்கம் அஃதில்லார்
உடைய(து) உடையரோ மற்று.

592. உள்ளம் உடைமை உடைமை பொருளுடைமை
நில்லாது நீங்கி விடும்.

593. ஆக்கம் இழந்தேமென்(று) அல்லாவார் ஊக்கம்
ஒருவந்தம் கைத்துடை யார்.

594. ஆக்கம் அதர்வினாய்ச் செல்லும் அசைவிலா
ஊக்க முடையா னுழை.

595. வெள்ளத் தனைய மலர்நீட்டம் மாந்தர்தம்
உள்ளத் தனைய(து) உயர்வு.

596. உள்ளுவ தெல்லாம் உயர்வுள்ளல் மற்றது
தள்ளினுந் தள்ளாமை நீர்த்து.

597. சிதைவிடத்து ஒல்கார் உரவோர் புதையம்பிற்
பட்டுப்பா டூன்றுங் களிறு.

598. உள்ளம் இலாதவர் எய்தார் உலகத்து
வள்ளியம் என்னுஞ் செருக்கு.

599. பரியது கூர்ங்கோட்ட(து) ஆயினும் யானை
வெரூஉம் புலிதாக் குறின்.

600. உரமொருவற்(கு) உள்ள வெறுக்கைஅஃ தில்லார்
மரம்மக்க ளாதலே வேறு.

٦١. عدم الكسل

٦٠١. إذا أصاب شخصاً ظلام الكسل انطفأت أنوار كرامة أسرته.

٦٠٢. الذي يريد أن تلمع كرامة أسرته فعليه أن يجتنب الكسل ويجتهد.

٦٠٣. الأحمق المتصف بالكسل المهلك فستهلك أسرته قبله.

٦٠٤. من وقع في أيدي الكسل وعاش بلا سعي، فستهلك أسرته وتكثر ذنوبه.

٦٠٥. التسويف والنسيان والكسل وكثرة النوم فهذه الأربعة سفن يركبها من يريد الهلاك.

٦٠٦. لا يفوز الكسلان ولو ساعده الإمبراطور بثروته العظيمة.

٦٠٧. من اشتهى الكسل وعاش بلا سعي فقد عرض نفسه للوم والتوبيخ.

٦٠٨. إذا أصاب الكسل من ولد في أسرة نبيلة، فسيجعله عبدا لأعداءه.

٦٠٩. من أبعد الكسل عن نفسه فقد أبعد الذلة عن نفسه وأسرته.

٦١٠. الملك الذي لا يكسل ليملكنّ جميع الأرض التي قاسها الإله بقدميه وعبرها.

61. மடியின்மை

601. குடியென்னுங் குன்றா விளக்கம் மடியென்னும்
மாசூர மாய்ந்து கெடும்.

602. மடியை மடியா ஒழுகல் குடியைக்
குடியாக வேண்டு பவர்.

603. மடிமடிக் கொண்டொழுகும் பேதை பிறந்த
குடிமடியும் தன்னினும் முந்து.

604. குடிமடிந்து குற்றம் பெருகும் மடிமடிந்து
மாண்ட உஞற்றி லவர்க்கு.

605. நெடுநீர் மறவி மடிதுயில் நான்கும்
கெடுநீரார் காமக் கலன்.

606. படியுடையார் பற்றமைந்தக் கண்ணும் மடியுடையார்
மாண்பயன் எய்தல் அரிது.

607. இடிபுரிந்து எள்ளுஞ்சொல் கேட்பர் மடிபுரிந்து
மாண்ட உஞற்றி லவர்.

608. மடிமை குடிமைக்கண் தங்கின்தன் ஒன்னார்க்(கு)
அடிமை புகுத்தி விடும்.

609. குடியாண்மை யுள்வந்த குற்றம் ஒருவன்
மடியாண்மை மாற்றக் கெடும்.

610. மடியிலா மன்னவன் எய்தும் அடியளந்தான்
தாஅய தெல்லாம் ஒருங்கு.

٦٢. الجهد

٦١١. لا يتنازل المرء عن شيء قائلا :إنه مستحيل،
فإن الجهد يعطيه القوة للقيام به.

٦١٢. ينبغي للمرء أن يهجر الكسل في العمل
فإن لم يفعل فالعالَم سيهجره.

٦١٣. الكرامة لمن بذل الجهد في الإحسان
إلى الآخرين.

٦١٤. ستفشل مساعدة من ليس له سعي
كفشل السيف في يد الجبان.

٦١٥. من ابتغى إكمال العمل ولا يريد المباهاة
فإنه كالعمود يستند إليه أقرباءه في المصائب.

٦١٦. الجهد يزيد المرء ثروة
وعدمه يزيد المرء فقراً.

٦١٧. الشقاوة تعيش في كسل المرء
والسعادة تعيش في جهد المرء.

٦١٨. إن سوء الحظ ليس لوما على المرء
ولكن اللوم ألاّ يسعى ليتعلم ما يحتاج إليه.

٦١٩. ربما لا ينجح المرء في أمر لأجل القدر
ولكن جهده فيه يكسب له الأجر.

٦٢٠. من سعى ولم يقصر في سعيه ولم يكسل
فإنه يغلب على القدر.

62. ஆள்வினையுடைமை

611. அருமை உடைத்தென்(று) அசாவாமை வேண்டும்
பெருமை முயற்சி தரும்.

612. வினைக்கண் வினைகெடல் ஓம்பல் வினைக்குறை
தீர்ந்தாரின் தீர்ந்தன்(று) உலகு.

613. தாளாண்மை என்னும் தகைமைக்கண் தங்கிற்றே
வேளாண்மை என்னுஞ் செருக்கு.

614. தாளாண்மை இல்லாதான் வேளாண்மை பேடிகை
வாளாண்மை போலக் கெடும்.

615. இன்பம் விழையான் வினைவிழைவான் தன்கேளிர்
துன்பம் துடைத்தூன்றும் தூண்.

616. முயற்சி திருவினை ஆக்கும் முயற்றின்மை
இன்மை புகுத்தி விடும்.

617. மடியுளாள் மாமுகடி என்ப மடியிலான்
தாளுளாள் தாமரையி னாள்.

618. பொறியின்மை யார்க்கும் பழியன்(று) அறிவறிந்து
ஆள்வினை இன்மை பழி.

619. தெய்வத்தான் ஆகா தெனினும் முயற்சிதன்
மெய்வருத்தக் கூலி தரும்.

620. ஊழையும் உப்பக்கம் காண்பர் உலைவின்றித்
தாழா(து) உஞற்று பவர்.

٦٣. الثبات عند الشدائد

٦٢١. إذا أصابك ضرر فاضحك فليس هناك شيء يغلب عليه مثل الضحك.

٦٢٢. المصائب مثل الطوفان ستزول عن العاقل القوي إذا تفكر في قمعها.

٦٢٣. من لم يحزن عند البليات فقد أحزنها وغلب عليها.

٦٢٤. من كافح الهموم مثل الثور الذي يجرّ العجلة في عقباتٍ فستصاب به الهمومَ همومٌ.

٦٢٥. إذا لم يحزن الرجل القوي عند الهموم الشديدة المتواصلة فستلحق بالهموم همومٌ.

٦٢٦. من لم يبخل ولم يفرح بماله عند الغنى فلا يحزن عند الفقر.

٦٢٧. إن الأفاضل لا يقلقون عند المصيبات علماً بأن جسم الإنسان مرهون بالآلام.

٦٢٨. من لا يسعى وراء اللذات وعرف أن الآلام من طبيعة الحياة فإنه لا يحزن عند المحن.

٦٢٩. من لم يفرط في الفرح عند اللذات فلا يتوجع عند المصيبات.

٦٣٠. من جعل البلية متعة سينال المجد حتى عند الأعداء.

63. இடுக்கணழியாமை

621. இடுக்கண் வருங்கால் நகுக அதனை
 அடுத்தூர்வ(து) அஃதொப்ப தில்.

622. வெள்ளத் தனைய இடும்பை அறிவுடையான்
 உள்ளத்தின் உள்ளக் கெடும்.

623. இடும்பைக்(கு) இடும்பை படுப்பர் இடும்பைக்(கு)
 இடும்பை படாஅ தவர்.

624. மடுத்தவா யெல்லாம் பகடன்னான் உற்ற
 இடுக்கண் இடர்ப்பாடு உடைத்து.

625. அடுக்கி வரினும் அழிவிலான் உற்ற
 இடுக்கண் இடுக்கட் படும்.

626. அற்றேமென்(று) அல்லற் படுபவோ பெற்றேமென்(று)
 ஓம்புதல் தேற்றா தவர்.

627. இலக்கம் உடம்பிடும்பைக் கென்று கலக்கத்தைக்
 கையாறாக் கொள்ளாதாம் மேல்.

628. இன்பம் விழையான் இடும்பை இயல்பென்பான்
 துன்பம் உறுதல் இலன்.

629. இன்பத்துள் இன்பம் விழையாதான் துன்பத்துள்
 துன்பம் உறுதல் இலன்.

630. இன்னாமை இன்பம் எனக்கொளின் ஆகுந்தன்
 ஒன்னார் விழையுஞ் சிறப்பு.

٦٤. الوزارة

٦٣١. الوزير هو الذي يدبر الشؤون
ويختار الزمان والطرق المناسبة لتنفيذ الأمور على وجه تام.

٦٣٢. الوزير من اتصف بخصائل خمس:
العزم وكرامة الأصل والقوة والعلم بالأمور السياسية والاجتهاد.

٦٣٣. الوزير هو الذي يشتت شمل أعداءه
ولا يفارق أصحابه ويصاحب من فارقه.

٦٣٤. الوزير هو الذي يسعى للتحقيق
وينفذ الأعمال بعد التفكر ثم يصرح برأيه.

٦٣٥. من يعرف البر ويتكلم بالحكمة ويجيد العمل دائماً
فسيستحق أن يكون وزيرا.

٦٣٦. من اجتمع فيه عقل سليم وعلم كسبي
فأي الحيَل تُحتال لمقاومته؟

٦٣٧. ينبغي للمرء أن يعلم طبيعة العالم
ولو كسب العلم والثقافة من الكتب.

٦٣٨. يجب على الوزير أن يصدق في القول للملك
ولو كان الملك جاهلا ولم يقبل نصيحة الناصحين.

٦٣٩. الألآف من الأعداء خير للملك من وزير خائن
يدله على رأي خاطئ.

٦٤٠. من لم يكن بارعا في العمل يقصر فيه
ولو خطط تخطيطاتٍ للعمل.

64. அமைச்சு

631. கருவியும் காலமும் செய்கையும் செய்யும்
 அருவினையும் மாண்ட(து) அமைச்சு.

632. வன்கண் குடிகாத்தல் கற்றறிதல் ஆள்வினையோ(டு)
 ஐந்துடன் மாண்ட(து) அமைச்சு.

633. பிரித்தலும் பேணிக் கொளலும் பிரிந்தார்ப்
 பொருத்தலும் வல்ல தமைச்சு.

634. தெரிதலும் தேர்ந்து செயலும் ஒருதலையாச்
 சொல்லலும் வல்ல தமைச்சு.

635. அறனறிந்து ஆன்றமைந்த சொல்லான்எஞ் ஞான்றுந்
 திறனறிந்தான் தேர்ச்சித் துணை.

636. மதிநுட்பம் நூலோ(டு) உடையார்க்(கு) அதிநுட்பம்
 யாவுள முன்நிற் பவை.

637. செயற்கை அறிந்தக் கடைத்தும் உலகத்(து)
 இயற்கை அறிந்து செயல்.

638. அறிகொன்(று) அறியான் எனினும் உறுதி
 உழையிருந்தான் கூறல் கடன்.

639. பழுதெண்ணும் மந்திரியின் பக்கத்துள் தெவ்வோர்
 எழுபது கோடி உறும்.

640. முறைப்படச் சூழ்ந்தும் முடிவிலவே செய்வர்
 திறப்பா(டு) இலாஅ தவர்.

٦٥. فصاحة اللسان

٦٤١. فصاحة اللسان هي نعمة عظيمة لا تعدلها أي نعمة أخرى من نعم الحياة.

٦٤٢. إنما الخير والشر باللسان فيجب على المرء حفظه عن الزلة.

٦٤٣. فصاحة اللسان هي الكلام الذي يجذب السامع إليه ويحبب غير السامع إلى سماعه.

٦٤٤. لا بر ولا ثروة تعدل الكلام الملائم للمخاطَبين.

٦٤٥. إذا أردت أن تتكلم فكِّر فيه ثم تكلم بكلام لا يُرد عليه.

٦٤٦. سمات العقلاء: العذوبة في الكلام التي تأسر المخاطبين والاتعاظ بكلام الآخرين.

٦٤٧. من كان قادراً على الكلام الفصيح ولا يتعب ولا يفزع في القول فلن يستطيع أحد أن يغلبه.

٦٤٨. من قدر على الكلام العذب مع الاتساق الرشيق فسيستمع إليه العالم ويقبله.

٦٤٩. من اعتاد على كثرة الكلام فقد كثر خطؤه وأخل اختصاره.

٦٥٠. إن الذي يعجز عن تعبير مشاعره كان كالأزهار التي لا تفوح رائحتها.

65. சொல்வன்மை

641. நாநலம் என்னும் நலனுடைமை அந்நலம்
     யாநலத்து உள்ளதூஉம் அன்று.

642. ஆக்கமுங் கேடும் அதனால் வருதலால்
     காத்தோம்பல் சொல்லின்கண் சோர்வு.

643. கேட்டார்ப் பிணிக்கும் தகையவாய்க் கேளாரும்
     வேட்ப மொழிவதாம் சொல்.

644. திறனறிந்து சொல்லுக சொல்லை அறனும்
     பொருளும் அதனினூஉங்(கு) இல்.

645. சொல்லுக சொல்லைப் பிறிதோர்சொல் அச்சொல்லை
     வெல்லுஞ்சொல் இன்மை அறிந்து.

646. வேட்பத்தாஞ் சொல்லிப் பிறர்சொல் பயன்கோடல்
     மாட்சியின் மாசற்றார் கோள்.

647. சொலல்வல்லன் சோர்விலன் அஞ்சான் அவனை
     இகல்வெல்லல் யார்க்கும் அரிது.

648. விரைந்து தொழில்கேட்கும் ஞாலம் நிரந்தினிது
     சொல்லுதல் வல்லார்ப் பெறின்.

649. பலசொல்லக் காமுறுவர் மன்றமா சற்ற
     சிலசொல்லல் தேற்றா தவர்.

650. இணருழ்த்தும் நாறா மலரனையர் கற்ற(து)
     உணர விரித்துரையா தார்.

٦٦. الإخلاص في العمل

٦٥١. الصحبة الصالحة تجلب إلى المرء ثروة
والعمل الصالح يجلب إليه جميع ما يريد.

٦٥٢. لِيجتنبن المرء دائما عن العمل
الذي لا يورث خيرا ولا مجدا.

٦٥٣. من يرد الرفعة في الحياة
فعليه أن يجتنب الأعمال التي تهلك مجده.

٦٥٤. من يمعن النظر في الأمور
فإنه لا يرتكب الأعمال القبيحة ولو أصابه المكروه.

٦٥٥. لا يعملن المرء عملا يندم عليه فيما بعد
وإن عمل به فلا يندم عليه.

٦٥٦. لا يرتكب أحد الأعمال القبيحة التي يلومه عليها الكرام
وإن أكرهه على ارتكابها جوع أمه.

٦٥٧. الفقر المدقع خير للصالحين
من الغنى بالمكاسب المحرمة القبيحة.

٦٥٨. من ارتكب المحرمات ولم يجتنبها
فستضره وإن نجح.

٦٥٩. المال المكتسب غصباً عن الآخرين سيزول عن صاحبه ويبكى عليه
والمال المكتسب بطريق الحلال سيبقى أثره ولو زال عنه.

٦٦٠. جمع الأموال بالغش
كمثل تخزين الماء في وعاء الطين غير مجهّز للاستعمال.

66. வினைத்தூய்மை

651. துணைநலம் ஆக்கம் தரூஉம் வினைநலம்
வேண்டிய எல்லாந் தரும்.

652. என்றும் ஒருவுதல் வேண்டும் புகழொடு
நன்றி பயவா வினை.

653. ஓஒதல் வேண்டும் ஒளிமாழ்கும் செய்வினை
ஆஅதும் என்னு மவர்.

654. இடுக்கண் படினும் இளிவந்த செய்யார்
நடுக்கற்ற காட்சி யவர்.

655. எற்றென்று இரங்குவ செய்யற்க செய்வானேல்
மற்றன்ன செய்யாமை நன்று.

656. ஈன்றாள் பசிகாண்பான் ஆயினுஞ் செய்யற்க
சான்றோர் பழிக்கும் வினை.

657. பழிமலைந்து எய்திய ஆக்கத்தின் சான்றோர்
கழிநல் குரவே தலை.

658. கடிந்த கடிந்தொரார் செய்தார்க்(கு) அவைதாம்
முடிந்தாலும் பீழை தரும்.

659. அழக்கொண்ட எல்லாம் அழப்போம் இழப்பினும்
பிற்பயக்கும் நற்பா லவை.

660. சலத்தால் பொருள்செய்தே மார்த்தல் பசுமண்
கலத்துள்நீர் பெய்திரீஇ யற்று.

٦٧. الثبات في العمل

٦٦١. إنما ثبات المرء في العمل هو ثبات قلبه فيه وأما غيره فلا.

٦٦٢. إزالة الموانع قبل وصولها وعدم الضعف عند وصولها؛ هما مبدءان رئيسيان للثبات في العمل عند الحكماء.

٦٦٣. إنما الرجولية هي تقديم العمل بعد إتقانه وإذا قدمه غير متقن فإنه يورث الضراء.

٦٦٤. الكلام ميسر للجميع، ولكن الصعب هو العمل بما تكلم.

٦٦٥. المرء الذي نال الرفعة والشهرة لحسن إنجاز أعماله فسيعظم أمره عند الملك وسيثني عليه الناس.

٦٦٦. من اعتزم على إتقان عمله فإنه سيحقق هدفه كما أراده.

٦٦٧. لا يحتقرن أحدكم الآخر لهيئته الرثة فيوجد في الكون من هو مثل القطب الذي به تجري العربة العظيمة.

٦٦٨. إذا عزمت على عمل بعد التفكير فيه يجب عليك أن تكمله بلا كسل ولا تسويف.

٦٦٩. ولو ابتلي المرء بالعوائق يجب عليه أن يكون ثابتاً في إكمال العمل الذي يجلب الراحة والمتعة.

٦٧٠. من لم يكن ثابتا في العمل فلا يكرمه العالم ولو كان ثابتا في غيره.

67. வினைத்திட்பம்

661. வினைத்திட்பம் என்ப(து) ஒருவன் மனத்திட்பம்
மற்றைய எல்லாம் பிற.

662. ஊறொரால் உற்றபின் ஒல்காமை இவ்விரண்டின்
ஆறென்பர் ஆய்ந்தவர் கோள்.

663. கடைக்கொட்கச் செய்தக்க தாண்மை இடைக்கொட்கின்
எற்றா விழுமந் தரும்.

664. சொல்லுதல் யார்க்கும் எளிய அரியவாம்
சொல்லிய வண்ணம் செயல்.

665. வீறெய்தி மாண்டார் வினைத்திட்பம் வேந்தன்கண்
ஊறெய்தி உள்ளப் படும்.

666. எண்ணிய எண்ணியாங்கு எய்துப எண்ணியார்
திண்ணியர் ஆகப் பெறின்.

667. உருவுகண்டு எள்ளாமை வேண்டும் உருள்பெருந்தேர்க்(கு)
அச்சாணி அன்னார் உடைத்து.

668. கலங்காது கண்ட வினைக்கண் துளங்காது
தூக்கங் கடிந்து செயல்.

669. துன்பம் உறவரினும் செய்க துணிவாற்றி
இன்பம் பயக்கும் வினை.

670. எனைத்திட்பம் எய்தியக் கண்ணும் வினைத்திட்பம்
வேண்டாரை வேண்டா(து) உலகு.

٦٨. خطط العمل

٦٧١. إن الغرض بالتشاور في أمر هو الوصول إلى القرار وفي تأخير تنفيذه إثم عظيم.

٦٧٢. التأجيل في وقته حسن ولا تؤجل عملاً تحتاج إلى أدائه الآن.

٦٧٣. تنفيذ العمل خير كلما أمكن وإلا فاصبر حتى يصبح ممكنا.

٦٧٤. العمل الناقص والعداوة المهملة فهما تنموان وتُهلكان بخفاء مثل النار التي لم تُخمد تماماً.

٦٧٥. يجب التأمل في خمسة أمور قبل تنفيذ العمل: المال اللازم والآلة المناسبة والوقت المناسب وطبيعة العمل والمكان.

٦٧٦. ينبغي للمرء أن يتأمل في كيفية إكمال العمل والموانع التي يواجهها فيه والمنفعة العظيمة عند إتمامه.

٦٧٧. من يقوم بعمل فعليه أن يأخذ برأي الخبير الذي يعرف حقيقة ذلك العمل.

٦٧٨. إنجاز العمل بعمل آخر هو كمثل القبض على الفيل بفيل آخر.

٦٧٩. اهتمّ باسترضاء الأعداء أكثر من إعطاء العطاء للأصدقاء.

٦٨٠. الضعيف يحالف القوي خاضعا له عند الفرصة خوفاً من أخطار من حوله.

68. வினை செயல்வகை

671. சூழ்ச்சி முடிவு துணிவெய்தல் அத்துணிவு
     தாழ்ச்சியுள் தங்குதல் தீது.

672. தூங்குக தூங்கிச் செயற்பால தூங்கற்க
     தூங்காது செய்யும் வினை.

673. ஒல்லும்வா யெல்லாம் வினைநன்றே ஒல்லாக்கால்
     செல்லும்வாய் நோக்கிச் செயல்.

674. வினைபகை என்றிரண்டின் எச்சம் நினையுங்கால்
     தீயெச்சம் போலத் தெறும்.

675. பொருள்கருவி காலம் வினையிடனொ(டு) ஐந்தும்
     இருள்தீர எண்ணிச் செயல்.

676. முடிவும் இடையூறும் முற்றியாங்கு எய்தும்
     படுபயனும் பார்த்துச் செயல்.

677. செய்வினை செய்வான் செயன்முறை அவ்வினை
     உள்ளறிவான் உள்ளம் கொளல்.

678. வினையான் வினையாக்கிக் கோடல் நனைகவுள்
     யானையால் யானையாத் தற்று.

679. நட்டார்க்கு நல்ல செயலின் விரைந்ததே
     ஒட்டாரை ஒட்டிக் கொளல்.

680. உறைசிறியார் உள்நடுங்கல் அஞ்சிக் குறைபெறின்
     கொள்வர் பெரியார்ப் பணிந்து.

٦٩. السفير

٦٨١. المحبة وشرافة النسب والأخلاق الحسنة التي يحبها الملك
فهذه من خصال السفير.

٦٨٢. لا بد للسفير من أن يتصف بالخصال الثلاث: المحبة
والذكاء وطلاقة اللسان.

٦٨٣. إن السفير الذي يخبر الملك بأمور ينتصر بها على أعداءه
فينبغي أن يكون عالما ماهرا بين العلماء الآخرين.

٦٨٤. من اجتمع فيه العقل ووقار المظهر والدقة في العلم
فإنه يستحق أن يكون سفيرا.

٦٨٥. إنما السفير من ينفع مولاه برأي مفيد يدفع عنه ما لا يفيده
وأداه بطريقة خفية.

٦٨٦. السفير هو الذي تعلم ما ينبغي ولم يخنْ
وتكلم بكلمات ترسخ في قلوب السامعين وعلم ما يناسب الزمان.

٦٨٧. السفير هو الذي علم واجباته والوقت الملائم
والمكان المناسب لأداءها وتفكر فيها ثم أخبرها.

٦٨٨. إنما السفير هو الذي ملك الخصال الثلاث:
العفة وحسن الصحبة والجرأة.

٦٨٩. إنما يصلح للسفارة من كان حازما على أن لا يستعمل
كلمات غامضة عند نقل رسالة الملك ولا يتساهل في ذلك.

٦٩٠. إنما السفير المخلص هو الذي يفعل الخير لملكه
ولا يخاف شيئاً ولو كان خطيراً.

69. தூது

681. அன்புடைமை ஆன்ற குடிப்பிறத்தல் வேந்தவாம்
பண்புடைமை தூதுரைப்பான் பண்பு.

682. அன்பறிவு ஆராய்ந்த சொல்வன்மை தூதுரைப்பார்க்(கு)
இன்றி யமையாத மூன்று.

683. நூலாருள் நூல்வல்லன் ஆகுதல் வேலாருள்
வென்றி வினையுரைப்பான் பண்பு.

684. அறிவுரு ஆராய்ந்த கல்விஇம் மூன்றன்
செறிவுடையான் செல்க வினைக்கு.

685. தொகச்சொல்லித் தூவாத நீக்கி நகச்சொல்லி
நன்றி பயப்பதாந் தூது.

686. கற்றுக்கண் அஞ்சான் செலச்சொல்லிக் காலத்தால்
தக்க(து) அறிவதாம் தூது.

687. கடனறிந்து காலங் கருதி இடனறிந்து
எண்ணி உரைப்பான் தலை.

688. தூய்மை துணைமை துணிவுடைமை இம்மூன்றின்
வாய்மை வழியுரைப்பான் பண்பு.

689. விடுமாற்றம் வேந்தர்க்(கு) உரைப்பான் வடுமாற்றம்
வாய்சோரா வன்க ணவன்.

690. இறுதி பயப்பினும் எஞ்சா(து) இறைவற்(கு)
உறுதி பயப்பதாம் தூது.

٧٠. التصرف مع الملك

٦٩١. من يعيش تحت رعاية الملك فعليه أن لا يبتعد عنه
ولا يتقرب إليه كمثل رجل يستدفئ بالنار.

٦٩٢. من لا يطمع في ما يطمع الملك
سيجلب إليه ثروة دائمة منه.

٦٩٣. من أراد أن يحمي نفسه من ضرر الملك فليجتنب
عن الأخطاء الخطيرة، فإن شكوك الملك لايستطيع أحد أن يزيلها.

٦٩٤. لا يهمسنّ المرء في أذن الآخر
ولا يبادلنّه بالابتسام في محضر الملك.

٦٩٥. لا تلقي أذنك إلى ما ورّى به الملك ولا تستفسر عنه،
حتى إذا أفشاه هو بنفسه فاستمع إليه.

٦٩٦. كلّم الملك بما يحبه وما لا يكرهه في وقت ملائم
حسب أحواله بطريق يحبّه.

٦٩٧. قل للملك ما يحبه ولا تقل له أبدا ما لا يفيده
ولو سأل عنه.

٦٩٨. لا تتعامل مع الملك بغير احترام قائلا: إنك أقل سنا مني
وإنك من أقربائي ولكن تعامل معه بعزة تناسبه.

٦٩٩. ذو الرؤية الواضحة لا يعمل بما لا يحب الملك
ظنا بأنه محبوب عنده.

٧٠٠. من يعمل أعمالا غير مناسبة ظنا بأنه صديق الملك القديم
فإنه سيورث الهلاك.

70. மன்னரைச் சேர்ந்தொழுகல்

691. அகலா(து) அணுகாது தீக்காய்வார் போல்க
இகல்வேந்தர்ச் சேர்ந்தொழுகு வார்.

692. மன்னர் விழைப விழையாமை மன்னரால்
மன்னிய ஆக்கந் தரும்.

693. போற்றின் அரியவை போற்றல் கடுத்தபின்
தேற்றுதல் யார்க்கும் அரிது.

694. செவிச்சொல்லும் சேர்ந்த நகையும் அவித்தொழுகல்
ஆன்ற பெரியா ரகத்து.

695. எப்பொருளும் ஓரார் தொடரார்மற் றப்பொருளை
விட்டக்கால் கேட்க மறை.

696. குறிப்பறிந்து காலங் கருதி வெறுப்பில
வேண்டுப வேட்பச் சொலல்.

697. வேட்பன சொல்லி வினையில எஞ்ஞான்றும்
கேட்பினும் சொல்லா விடல்.

698. இளையர் இனமுறையர் என்றிகழார் நின்ற
ஒளியோ(டு) ஒழுகப் படும்.

699. கொளப்பட்டேம் என்றெண்ணிக் கொள்ளாத செய்யார்
துளக்கற்ற காட்சி யவர்.

700. பழையம் எனக்கருதிப் பண்பல்ல செய்யும்
கெழுதகைமை கேடு தரும்.

٧١. معرفة ملامح الوجه

٧٠١. الذي يدرك ما في ضمير الآخر بملامح وجهه فإنه حلية لهذا العالم الذي أحيط ببحر لا يجف.

٧٠٢. الذي يدرك ما في ضمير الآخر بغير علمه فإنه يتشبه بالإله وإن كان إنساناً.

٧٠٣. من له ملكة معرفة ملامح الوجه فاشترِ صحبته بمقابل أي شيء من أرضك.

٧٠٤. الذي يعرف أفكار الآخرين من دون أن يُظهروها فإنه لا يشبهه أحد في عقله ولو كان يشبهه في أعضاءه.

٧٠٥. ما فائدة العين بين الأعضاء إذا لم تدرك ما في قلب الآخر بقسمات وجهه وعينه؟

٧٠٦. الوجه يعكس ما بداخل قلب الإنسان كما تعكس البلورة ما يقرب منها.

٧٠٧. هل هناك شيء أخبرُ من الوجه؟ فإنه يعبّر عما في قلب المرء من غضب وفرح.

٧٠٨. إذا أردت أن تصلح عيوبك يكفيك القيام أمام من يحس بمشاعر القلوب.

٧٠٩. تتكلم العين بالعداوة والصداقة لمن يستطيع أن يقرأ حركات العين.

٧١٠. إذا تأملنا في المقياس الذي يستخدمه الفطناء لفهم ما في قلوب الآخرين فوجدنا أنه ليس إلا عيونهم.

71. குறிப்பறிதல்

701. கூறாமை நோக்கிக் குறிப்பறிவான் எஞ்ஞான்றும்
மாறாநீர் வையக் கணி.

702. ஐயப் படாஅ(து) அகத்த(து) உணர்வானைத்
தெய்வத்தோ டொப்பக் கொளல்.

703. குறிப்பிற் குறிப்புணர் வாரை உறுப்பினுள்
யாது கொடுத்தும் கொளல்.

704. குறித்தது கூறாமைக் கொள்வாரோ டேனை
உறுப்போ ரனையரால் வேறு.

705. குறிப்பிற் குறிப்புணரா வாயின் உறுப்பினுள்
என்ன பயத்தவோ கண்.

706. அடுத்தது காட்டும் பளிங்குபோல் நெஞ்சம்
கடுத்தது காட்டும் முகம்.

707. முகத்தின் முதுக்குறைந்த(து) உண்டோ உவப்பினும்
காயினும் தான்முந் துறும்.

708. முகம்நோக்கி நிற்க அமையும் அகம்நோக்கி
உற்ற துணர்வார்ப் பெறின்.

709. பகைமையும் கேண்மையும் கண்ணுரைக்கும் கண்ணின்
வகைமை உணர்வார்ப் பெறின்.

710. நுண்ணியம் என்பார் அளக்குங்கோல் காணுங்கால்
கண்ணல்லது இல்லை பிற.

٧٢. فهم أحوال المخاطبين

٧١١. البليغ الذي يعرف أساليب البيان فينبغي أن يعرب بما يناسب المخاطبين بعد التفكر فيها.

٧١٢. العاقل الرزين من تكلم بما يلائم الزمان والمكان وأحوال المخاطبين.

٧١٣. من تكلم بغير مراعاة الحضور فلا يليق للخطابة ولا للبيان.

٧١٤. يجب على المرء أن يكون ذكيا بين أيدي الأذكياء ولكن يتغابى مثل الكلس عند الحمقى.

٧١٥. من أفضل محاسن المرء أن لا يتسارع في الكلام بين الحكماء.

٧١٦. زلة المرء في مجلس العلماء والحكماء كالضلالة في طريق الرشد.

٧١٧. الذين درسوا الكتب الكثيرة يلمع علمهم في مجلس العلماء الذين يعرفون صحيح الكلام.

٧١٨. إلقاء الخطبة بين يدي رجال أولي النهى كمثل سقي النباتات تنمو بنفسها.

٧١٩. من يقدر على إبداء آراء قيمة في مجلس الحكماء فإنه لا ينبغي له أن يقوم ولو ناسياً في مجلس الجهلاء.

٧٢٠. إلقاء الخطبة أماء السامعين لا يساوونك كصبِّ ماء الكوثر في أرض وسخة.

72. அவையறிதல்

711. அவையறிந்து ஆராய்ந்து சொல்லுக சொல்லின்
     தொகையறிந்த தூய்மை யவர்.

712. இடைதெரிந்து நன்குணர்ந்து சொல்லுக சொல்லின்
     நடைதெரிந்த நன்மை யவர்.

713. அவையறியார் சொல்லல்மேற் கொள்பவர் சொல்லின்
     வகையறியார் வல்லதூஉம் இல்.

714. ஒளியார்முன் ஒள்ளிய ராதல் வெளியார்முன்
     வான்சுதை வண்ணம் கொளல்.

715. நன்றென்ற வற்றுள்ளும் நன்றே முதுவருள்
     முந்து கிளவாச் செறிவு.

716. ஆற்றின் நிலைதளர்ந் தற்றே வியன்புலம்
     ஏற்றுணர்வார் முன்னர் இழுக்கு.

717. கற்றறிந்தார் கல்வி விளங்கும் கசடறச்
     சொல்தெரிதல் வல்லார் அகத்து.

718. உணர்வ துடையார்முன் சொல்லல் வளர்வதன்
     பாத்தியுள் நீர்சொரிந் தற்று.

719. புல்லவையுள் பொச்சாந்தும் சொல்லற்க நல்லவையுள்
     நன்கு செலச்சொல்லு வார்.

720. அங்கணத்துள் உக்க அமிழ்தற்றால் தங்கணத்தார்
     அல்லார்முன் கோட்டி கொளல்.

٧٣. عدم الخوم أمام المخاطبين

٧٢١. البليغ الذي يعرف أحوال المخاطبين وأساليب البيان لا يخطئ في الكلام ولو بسبقة لسانه.

٧٢٢. من يقدر على أن يتكلم بما علم أمام العلماء بحيث يحرضهم فإنه يُعرف بأعلم العلماء.

٧٢٣. هناك كثير من الشجعان يضحون أنفسهم في القتال ولكن قليل من يتكلم بلا خوف في مجامع العلماء.

٧٢٤. الخطيب يحاول أن يعجب أهل العلم بعلمه وكذلك يستفيد من علمهم الرصين.

٧٢٥. يجب على المرء أن يتعلم علم المنطق وعلم القواعد لأجل الردّ على سؤال سائل بدون خوف.

٧٢٦. ما هي العلاقة بين السيف والرجل الجبان؟ وما هي العلاقة بين الكتب والرجل يهاب أن يتكلم أمام الأذكياء.

٧٢٧. المرء الذي يخاف أن يتكلم في مجمع أهل العلم فعلمه كمثل سيف يلمع في يد الجبان.

٧٢٨. من لا يقدر على إلقاء خطبة نافعة في مجلس أهل العلم فإنه لا فائدة فيه ولو درس الكتب الكثيرة.

٧٢٩. من يخاف من القيام في مجلس العلماء فإنه أسوأ من الجاهل ولو درس ما درس.

٧٣٠. من يهاب مشهد الناس ولا يقدر على تعبير مشاعره يشبه الميت حقا.

73. அவையஞ்சாமை

721. வகையறிந்து வல்லவை வாய்சோரார் சொல்லின்
தொகையறிந்த தூய்மை யவர்.

722. கற்றாருள் கற்றார் எனப்படுவர் கற்றார்முன்
கற்ற செலச்சொல்லு வார்.

723. பகையகத்துச் சாவார் எளியர் அரியர்
அவையகத்து அஞ்சா தவர்.

724. கற்றார்முன் கற்ற செலச்சொல்லித் தாம்கற்ற
மிக்காருள் மிக்க கொளல்.

725. ஆற்றின் அளவறிந்து கற்க அவையஞ்சா
மாற்றங் கொடுத்தற் பொருட்டு.

726. வாளொடென் வன்கண்ணர் அல்லார்க்கு நூலொடென்
நுண்ணவை அஞ்சு பவர்க்கு.

727. பகையகத்துப் பேடிகை ஒள்வாள் அவையகத்து
அஞ்சு மவன்கற்ற நூல்.

728. பல்லவை கற்றும் பயமிலரே நல்லவையுள்
நன்கு செலச்சொல்லா தார்.

729. கல்லா தவரின் கடையென்ப கற்றறிந்தும்
நல்லா ரவையஞ்சு வார்.

730. உளரெனினும் இல்லாரொ(டு) ஒப்பர் களன்அஞ்சிக்
கற்ற செலச்சொல்லா தார்.

٧٤. الدولة

٧٣١. الدولة هي التي فيها زراعات لا تقل
وعلماء أفاضل وأغنياء لا تنضب ثروتها.

٧٣٢. الدولة هي التي يحبها جميع الناس لأجل ثروتها الهائلة
وخلوها من الشر والآفات وزراعتها الكثيرة.

٧٣٣. الدولة المثالية هي التي يحمل أعبائها شعبها
ويدفع الضرائب إليها.

٧٣٤. أفضل الدولة هي التي تخلو من المجاعة المفرطة
والأوبئة الدائمة والعداوة المدمرة.

٧٣٥. الدولة هي التي تخلو من الطوائف المختلفة والحروب الداخلية
والزعماء المفسدين الذين يزعجون الملك.

٧٣٦. الدولة التي لن تدمّر بأيدي الأعداء ولا تنقص ثروتها
عند القحط فهي تسمى أفضل الدوَل.

٧٣٧. من ميزات الدولة أن توجد فيها مياه العيون والأمطار
والجبال الشامخة التي تسيل منها الأنهار والحصون الواقية.

٧٣٨. زخارف الدولة خمسة: الصحة والثروة والحصاد الوفير
والسعادة والسلامة من الحروب.

٧٣٩. إن أفضل الدول هي التي تحصل ثروتها منها بغير جهد،
وأما غيرها فلا تسمى دولة.

٧٤٠. الدولة التي جمعت كل نعم مذكورة أعلاها فلا تنفع منها
إن لم يكن لها ملك صالح.

74. நாடு

731. தள்ளா விளையுளும் தக்காரும் தாழ்விலாச்
 செல்வரும் சேர்வது நாடு.

732. பெரும்பொருளால் பெட்டக்க தாகி அருங்கேட்டால்
 ஆற்ற விளைவது நாடு.

733. பொறையொருங்கு மேல்வருங்கால் தாங்கி இறைவற்(கு)
 இறையொருங்கு நேர்வது நாடு.

734. உறுபசியும் ஓவாப் பிணியும் செறுபகையும்
 சேரா தியல்வது நாடு.

735. பல்குழுவும் பாழ்செய்யும் உட்பகையும் வேந்தலைக்கும்
 கொல்குறும்பும் இல்லது நாடு.

736. கேடறியாக் கெட்ட இடத்தும் வளங்குன்றா
 நாடென்ப நாட்டின் தலை.

737. இருபுனலும் வாய்ந்த மலையும் வருபுனலும்
 வல்லரணும் நாட்டிற்(கு) உறுப்பு.

738. பிணியின்மை செல்வம் விளைவின்பம் ஏமம்
 அணியென்ப நாட்டிற்கிவ் வைந்து.

739. நாடென்ப நாடா வளத்தன நாடல்ல
 நாட வளந்தரு நாடு.

740. ஆங்கமை வெய்தியக் கண்ணும் பயமின்றே
 வேந்தமை வில்லாத நாடு.

٧٥. الحصن

٧٤١. الحصن لازم للذين يحاربون الأعداء كما هو لازم للذين يلجأون إليه عند الخوف.

٧٤٢. الحصن هو الذي يشتمل على الماء الزلال والساحات والجبال والغابات الملتفة بالأشجار.

٧٤٣. يقال إن الحصن ينبغي أن يكون مرتفعاً عريضاً قوياً وحصينا لا يسهل للأعداء فتحه.

٧٤٤. الحصن ما كان ضيّق المدخل وواسع المسكن وقادرا على أن يدفع الأعداء المحاصرين عنه.

٧٤٥. الحصن هو ما كان منيعاً ويتوفر فيه الطعام ويسهل على الجنود دفاع الأعداء عنه.

٧٤٦. الحصن هو الذي يملك جميع الذخائر لمن يكون فيه والجنود يدافعون عنه عند الضرورة.

٧٤٧. الحصن هو الذي لا يقدر الأعداء على إسقاطه بالمحاصرة ولا بالمقاتلة ولا بالغدر.

٧٤٨. الحصن هو الذي يقدر أهلونه على التغلب على الأعداء المحاصرين بغير أن يفقدوا أراضيهم.

٧٤٩. الحصن العظيم هو الذي يمكّن المدافعين عنه من الأعداء من الداخل في مطلع القتال.

٧٥٠. مهما كانت من ميزات عظيمة يملكها الحصن فإنها لا تفيد إذا كان رجاله غير ممتازين في الحرب.

75. அரண்

741. ஆற்று பவர்க்கும் அரண்பொருள் அஞ்சித்தற்
போற்று பவர்க்கும் பொருள்.

742. மணிநீரும் மண்ணும் மலையும் அணிநிழற்
காடும் உடைய தரண்.

743. உயர்வகலம் திண்மை அருமைஇந் நான்கின்
அமைவரண் என்றுரைக்கும் நூல்.

744. சிறுகாப்பிற் பேரிடத்த தாகி உறுபகை
ஊக்கம் அழிப்ப தரண்.

745. கொளற்கரிதாய்க் கொண்டகூழ்த் தாகி அகத்தார்
நிலைக்கெளிதாம் நீர(து) அரண்.

746. எல்லாப் பொருளும் உடைத்தாய் இடத்துதவும்
நல்லாள் உடைய(து) அரண்.

747. முற்றியும் முற்றா தெறிந்தும் அறைப்படுத்தும்
பற்றற் கரிய(து) அரண்.

748. முற்றாற்றி முற்றி யவரையும் பற்றாற்றிப்
பற்றியார் வெல்வ(து) அரண்.

749. முனைமுகத்து மாற்றலர் சாய வினைமுகத்து
வீறெய்தி மாண்ட தரண்.

750. எனைமாட்சித் தாகியக் கண்ணும் வினைமாட்சி
இல்லார்கண் இல்ல(து) அரண்.

٧٦. كسب الثروة

٧٥١. لا شيء غير المال يرفع قدر الناس ويجعل الذليل بين الناس عزيزا.

٧٥٢. يحتقر الجميع الفقراء ولو كان عنده أشياء أخرى، ويحمدون الأغنياء ولو لم يكن عنده شيء آخر.

٧٥٣. المال هو مصباح يصل ضياءه إلى كل الأراضي ويبدد ظلامها.

٧٥٤. المال الذي اكتسب صاحبه من طريق عدل ولا بالإضرار بالآخرين فإنه يجلب إلى صاحبه البر والسعادة.

٧٥٥. ينبغي للمرء أن يجتنب من مال تجمّع بغير الرحمة والمحبة.

٧٥٦. ثروة الملك: هي كل الأموال التي لا مالكَ لها والضرائب والغنائم.

٧٥٧. الولد أي الرحمة التي أنتجت المحبة تكون رعايتها بيد مرضعتها الثروة.

٧٥٨. من كان بيده مال يتاجر به كيفما شاء بلا خوف فهو كمن يشاهد معركة الفيلة من أعلى الجبل بلا خوف.

٧٥٩. اكسب الأموال فإنه ليس هناك سيف أشد حدة من المال يدمّر غرور الأعداء.

٧٦٠. إن حصل المرء على الثروة فإنه يسهل له الحصول على الكنزين الآخرين البر والمتعة.

76. பொருள்செயல்வகை

751. பொருளல் லவரைப் பொருளாகச் செய்யும்
பொருளல்ல(து) இல்லை பொருள்.

752. இல்லாரை எல்லாரும் எள்ளுவர் செல்வரை
எல்லாரும் செய்வர் சிறப்பு.

753. பொருளென்னும் பொய்யா விளக்கம் இருளறுக்கும்
எண்ணிய தேயத்துச் சென்று.

754. அறன்ஈனும் இன்பமும் ஈனும் திறனறிந்து
தீதின்றி வந்த பொருள்.

755. அருளொடும் அன்பொடும் வாராப் பொருளாக்கம்
புல்லார் புரள விடல்.

756. உறுபொருளும் உல்கு பொருளும்தன் ஒன்னார்த்
தெறுபொருளும் வேந்தன் பொருள்.

757. அருளென்னும் அன்பீன் குழவி பொருளென்னும்
செல்வச் செவிலியால் உண்டு.

758. குன்றேறி யானைப்போர் கண்டற்றால் தன்கைத்தொன்(று)
உண்டாகச் செய்வான் வினை.

759. செய்க பொருளைச் செறுநர் செருக்கறுக்கும்
எஃகதனிற் கூரிய தில்.

760. ஒண்பொருள் காழ்ப்ப இயற்றியார்க்கு எண்பொருள்
ஏனை இரண்டும் ஒருங்கு.

٧٧. عظمة الجيش

٧٦١. إن خير ما يملك الملك من الثروات هو جنوده الكاملة الناجحة التي لا تخاف الأخطار.

٧٦٢. لا يمكن الثبات عند الهجوم القاسية إلا للجنود المتجربة المتدربة.

٧٦٣. فماذا ينفع جموع الفيران وضوضائها إذا أسكتتها فحيح الأفعى؟

٧٦٤. إن الجيش هو الذي يملك بسالة لا تتعرّض للهزيمة ولا لغدر الأعداء.

٧٦٥. إن الجيش هم الذين يقاومون الأعداء جمعاً حتى إذا أتاهم الموت دفعوه عنهم.

٧٦٦. الشجاعة والشرف والعناية بالعادات والصمود فهذه الأربعة من خير صفات الجيش.

٧٦٧. الجيش هو الذي يغلب الأعداء بثبات الأقدام ويشقون غبار الأعداء الذي أُثِر.

٧٦٨. قد تطبق سمعة الجيش و بهاء موكبه، إن لم يكن فيه شجاعة القتال وتحمّل مواجهة الأعداء.

٧٦٩. إن الجيش يغلب على الأعداء بشرط أن لا ينقص عدده ولا يكون بينهم بغض غير زائل ولا فقر.

٧٧٠. لا يثبت الجيش العرمرم الذي لا يتولى يوم الزحف إذا لم يكن لهم قائد يقودهم.

77. படைமாட்சி

761. உறுப்பமைந்து ஊறஞ்சா வெல்படை வேந்தன்
 வெறுக்கையுள் எல்லாம் தலை.

762. உலைவிடத்து ஊறஞ்சா வன்கண் தொலைவிடத்துத்
 தொல்படைக் கல்லால் அரிது.

763. ஒலித்தக்கால் என்னாம் உவரி எலிப்பகை
 நாகம் உயிர்ப்பக் கெடும்.

764. அழிவின்(றி) அறைபோகா தாகி வழிவந்த
 வன்க ணதுவே படை.

765. கூற்றுடன்று மேல்வரினும் கூடி எதிர்நிற்கும்
 ஆற்ற லதுவே படை.

766. மறமானம் மாண்ட வழிச்செலவு தேற்றம்
 எனநான்கே ஏமம் படைக்கு.

767. தார்தாங்கிச் செல்வது தானை தலைவந்த
 போர்தாங்கும் தன்மை அறிந்து.

768. அடல்தகையும் ஆற்றலும் இல்லெனினும் தானை
 படைத்தகையால் பாடு பெறும்.

769. சிறுமையும் செல்லாத் துனியும் வறுமையும்
 இல்லாயின் வெல்லும் படை.

770. நிலைமக்கள் சால உடைத்தெனினும் தானை
 தலைமக்கள் இல்வழி இல்.

٧٨. القوة العسكرية

٧٧١. أيها الأعداء! لا تقوموا بمواجهة مولاي،
فرُبّ مقاوم ضدّه منذ زمن قديم قد صار تمثالاً من الحجر.

٧٧٢. الخطأ في هدف الرمح إلى الفيل
خير من إصابة السهم من الأرنب.

٧٧٣. يقال إن الرجولية هي الشجاعة الطائشة أمام الأعداء،
ولكن الشهامة هي أن يمد يده إلى عدوّه عند الاضطرار.

٧٧٤. البطل هو الذي يرمي الرمح إلى الفيل ويُفزعه
ثم يطلب آخر لينزع ما أصاب صدرَه ويفرح.

٧٧٥. أليس عاراً على الباسل أن تطرِف عينه الغاضبة على العدو
حينما يرمي الرمح المضيء؟

٧٧٦. يعُد البطل أيام حياته
ضائعة إذا لم تُصِبه فيها الجروح.

٧٧٧. من ألقى نفسه إلى التهلكة لسمعة يريدها
فأفضل في حقه أن يتحلى الخلخال في رجليه.

٧٧٨. الشجعان الذين لا يرهبون الموت
لا يمكن إخماد نار حماستهم حتى للملك.

٧٧٩. من يستطيع أن يعذل الباسل
الذي يوفي بنذره بتضحية حياته في ميدان القتال؟

٧٨٠. إذا مات الباسل تدمع عينا الملك لأجل موته،
مثل هذا الموت أحق بالترحيب!

78. படைச்செருக்கு

771. என்னைமுன் நில்லன்மின் தெவ்விர் பலரென்னை
முன்நின்று கல்நின் றவர்.

772. கான முயலெய்த அம்பினில் யானை
பிழைத்தவேல் ஏந்தல் இனிது.

773. பேராண்மை என்ப தறுகண்ஒன் றுற்றக்கால்
ஊராண்மை மற்றதன் எஃகு.

774. கைவேல் களிற்றொடு போக்கி வருபவன்
மெய்வேல் பறியா நகும்.

775. விழித்தகண் வேல்கொண டெறிய அழித்திமைப்பின்
ஒட்டன்றோ வன்க ணவர்க்கு.

776. விழுப்புண் படாதநாள் எல்லாம் வழுக்கினுள்
வைக்கும்தன் நாளை எடுத்து.

777. சுழலும் இசைவேண்டி வேண்டா உயிரார்
கழல்யாப்புக் காரிகை நீர்த்து.

778. உறின்உயிர் அஞ்சா மறவர் இறைவன்
செறினும்சீர் குன்றல் இலர்.

779. இழைத்த(து) இகவாமைச் சாவாரை யாரே
பிழைத்த(து) ஒறுக்கிற் பவர்.

780. புரந்தார்கண் நீர்மல்கச் சாகிற்பின் சாக்கா(டு)
இரந்துகோள் தக்க(து) உடைத்து.

٧٩. الصداقة

٧٨١. هل هناك شيء أندر من الصداقة
التي هي كالترس الذي يقاوم العدو؟

٧٨٢. صداقة العقلاء تكبُر رويداً مثل الهلال
وصداقة الحمقى مثل البدر يبدأ كبيراً وينتهي صغيراً.

٧٨٣. الصديق الجيد مثل الكتاب الجيد
كلما قرأته تزيد علما ونوراً.

٧٨٤. ليست الصداقة للّهو والمرح فقط
وإنما هي لعِتاب الصديق إذا خالف الحق.

٧٨٥. لا تحتاج الصداقة إلى دوام الجلوس ولا قضاء الوقت
بل تحتاج إلى الاتحاد في القلوب.

٧٨٦. الابتسامة ليست من علامات الصداقة،
وإنما الصداقة هي المحبة الباطنية.

٧٨٧. الصداقة هي التي تحوّل الإنسان عن الشر
وتُسلِكه في طريق الخير وتشاركه في آلامه عند المصيبة.

٧٨٨. الصداقة هي التي ينقذ الإنسان من الآفات
كما تنقذ اليد بسرعة إذا انزلق اللباس من جسمه.

٧٨٩. إن العرش الذي يستوي فيه الصداقة هو الاتفاق الدائم
والمساعدة المستمرة بين الصديقين.

٧٩٠. الصداقة تفيد عندما تكون من كلا الصديقين بالسواء
كقولهم " أنا أحبه وهو يحبني."

79. நட்பு

781. செயற்கரிய யாவுள நட்பின் அதுபோல்
வினைக்கரிய யாவுள காப்பு.

782. நிறைநீர நீரவர் கேண்மை பிறைமதிப்
பின்னீர பேதையார் நட்பு.

783. நவில்தொறும் நூல்நயம் போலும் பயில்தொறும்
பண்புடை யாளர் தொடர்பு.

784. நகுதற் பொருட்டன்று நட்டல் மிகுதிக்கண்
மேற்சென்(று) இடித்தற் பொருட்டு.

785. புணர்ச்சி பழகுதல் வேண்டா உணர்ச்சிதான்
நட்பாங் கிழமை தரும்.

786. முகநக நட்பது நட்பன்று நெஞ்சத்(து)
அகநக நட்பது நட்பு.

787. அழிவி னவைநீக்கி ஆறுய்த்(து) அழிவின்கண்
அல்லல் உழப்பதாம் நட்பு.

788. உடுக்கை இழந்தவன் கைபோல ஆங்கே
இடுக்கண் களைவதாம் நட்பு.

789. நட்பிற்கு வீற்றிருக்கை யாதெனின் கொட்பின்றி
ஒல்லும்வாய் ஊன்றும் நிலை.

790. இனையர் இவரெமக்கு இன்னம்யாம் என்று
புனையினும் புல்லென்னும் நட்பு.

٨٠. اصطفاء الأصدقاء

٧٩١. لا خلاص لصديق من صديقه بعد توطيد الصداقة بينهما،
لأن شر الأشياء سوء الصحبة.

٧٩٢. صداقة الشخص الذي لم يختبر حق الاختبار
فإنها ستحزنها حزناً شديداً يسبب الموت.

٧٩٣. يجب على الشخص أن يصادق الآخر بعد معرفة شخصيته
وخلفية أسرته وعيوبه وذوي أرحامه.

٧٩٤. يصادَق مَن ينتسب إلى أسرة نبيلة
ويخاف من لومة يلام عليها ولو بإعطاء ثمنٍ.

٧٩٥. يُبحث عن صداقة مَن يدل صديقه على عيوبه،
يصححه إذا أخطأ.

٧٩٦. إن في المحَن لَخيراً،
فإنها لَمقياس يقاس به طبيعة صديقه وخصائله.

٧٩٧. إن هداية المرء في الحقيقة
هي أن يتخلى عن صداقة الجهلة.

٧٩٨. لا يرتكبنّ امرء عملا يفتر عزيمته،
وليجتنبنّ الصداقة مع من يفرّ منه عند المصيبة.

٧٩٩. التفكرُ في الأصدقاء الذين ولوا دبُرهم عند الأزمة
سيؤذي صاحبه عند ساعة الموت أيضاً.

٨٠٠. صادق من هو تقي نقي
واجتنب عن صداقة التافه ولو بالثمن.

80. நட்பாராய்தல்

791. நாடாது நட்டலிற் கேடில்லை நட்டபின்
வீடில்லை நட்பாள் பவர்க்கு.

792. ஆய்ந்தாய்ந்து கொள்ளாதான் கேண்மை கடைமுறை
தான்சாம் துயரம் தரும்.

793. குணமும் குடிமையும் குற்றமும் குன்றா
இனனும் அறிந்தியாக்க நட்பு.

794. குடிப்பிறந்து தன்கண் பழிநாணு வானைக்
கொடுத்தும் கொளல்வேண்டும் நட்பு.

795. அழச்சொல்லி அல்ல(து) இடித்து வழக்கறிய
வல்லார்நட்(பு) ஆய்ந்து கொளல்.

796. கேட்டினும் உண்டோர் உறுதி கிளைஞரை
நீட்டி அளப்பதோர் கோல்.

797. ஊதியம் என்ப(து) ஒருவற்குப் பேதையார்
கேண்மை ஒரீஇ விடல்.

798. உள்ளற்க உள்ளம் சிறுகுவ கொள்ளற்க
அல்லற்கண் ஆற்றறுப்பார் நட்பு.

799. கெடுங்காலைக் கைவிடுவார் கேண்மை அடுங்காலை
உள்ளினும் உள்ளஞ் சுடும்.

800. மருவுக மாசற்றார் கேண்மைஒன் றீத்தும்
ஒருவுக ஒப்பிலார் நட்பு.

٨١. الصداقة القديمة

٨٠١. إذا سألت ما هي الصداقة فيجاب هي الصداقة
التي لا تعطل حرية الأصدقاء وتقبل أعمالهم بالمودة.

٨٠٢. أصل الصداقة حرية
وعلى العاقل الكريم قبولها.

٨٠٣. الصديق حقا من ساند عمل صديقه
وإلا فما فائدة صداقته؟

٨٠٤. فيرضى الصديق العاقل إذا عمل صديقه عملا يخصه
ولو كان بغير إذنه كما يرضى عن صداقته.

٨٠٥. إذا أساء إلينا صديق
فلنفهم أنه فعله بجهالة أو بخُلة.

٨٠٦. من اتخذ خليلاً لنفسه في حياته فلا يقطعْ صحبته
ولو أوقعتْه في الهلاك.

٨٠٧. الأصدقاء لا يقطعون صحبة أصدقائهم المخلصين
ولو أساءوا إليهم أشد الإساءة.

٨٠٨. اليوم الذي يخطأ فيه الصديق هو يوم الفرح بالنسبة
للذين لا يستمعون للأغيار يتحدثون عن أخطاء أصدقاءهم.

٨٠٩. إذا لم يقطع الأصدقاء المخلصون خلتهم القديمة
فسيثني عليهم الخلق.

٨١٠. من لم يفارق صديقه ولو أساء إليه
فسينال المجد حتى عند أعداءه.

81. பழைமை

801. பழைமை எனப்படுவ(து) யாதெனின் யாதும்
கிழமையைக் கீழ்ந்திடா நட்பு.

802. நட்பிற் குறுப்புக் கெழுதகைமை மற்றதற்கு
உப்பாதல் சான்றோர் கடன்.

803. பழகிய நட்பெவன் செய்யுங் கெழுதகைமை
செய்தாங்(கு) அமையாக் கடை.

804. விழைதகையான் வேண்டி இருப்பர் கெழுதகையாற்
கேளாது நட்டார் செயின்.

805. பேதைமை ஒன்றோ பெருங்கிழமை என்றுணர்க
நோதக்க நட்டார் செயின்.

806. எல்லைக்கண் நின்றார் துறவார் தொலைவிடத்தும்
தொல்லைக்கண் நின்றார் தொடர்பு.

807. அழிவந்த செய்யினும் அன்பறார் அன்பின்
வழிவந்த கேண்மை யவர்.

808. கேளிழுக்கம் கேளாக் கெழுதகைமை வல்லார்க்கு
நாளிழுக்கம் நட்டார் செயின்.

809. கெடாஅ வழிவந்த கேண்மையார் கேண்மை
விடாஅர் விழையும் உலகு.

810. விழையார் விழையப் படுப பழையார்கண்
பண்பின் தலைப்பிரியா தார்.

٨٢. الصداقة السيئة

٨١١. صحبة الأشرار نفادها خير من نموها ولو كانوا يبدون الصداقة الخالصة مع المودة.

٨١٢. من صحبك إذا افتقر إليك وهجرك إذا استغنى عنك فإنه لا نفع في كسب صداقته ولا ضر في فقدها.

٨١٣. إن الأصدقاء المغرضين والعاهرات واللصوص سواسية.

٨١٤. العزلة أفضل من صحبة رجل شبيه بالخيل الغير مروضة التي رمت بصاحبها في المعركة وفرت منه.

٨١٥. الأفضل لأحد أن لا يكسب صحبة الأسفلين الذين لا يقدرون على حمايته من البلاء.

٨١٦. عداوة العاقل أفضل من صداقة الجاهل بسبعين مرة.

٨١٧. معاداة العدو أفضل من صحبة الغبي بسبعين مرة.

٨١٨. اهجر صداقتك مع الذي خذلك وصعّب أمورك.

٨١٩. صداقة من الذي يختلف فعله عن قوله ستضر صاحبها ولو في أحلامه.

٨٢٠. على كل حال اهجر صداقة من يكون صديقك في البيت ويخونك أمام الناس.

82. தீநட்பு

811. பருகுவார் போலினும் பண்பிலார் கேண்மை
பெருகலிற் குன்றல் இனிது.

812. உறின்நட்(டு) அறின்ஒரூஉம் ஒப்பிலார் கேண்மை
பெறினும் இழப்பினும் என்.

813. உறுவது சீர்தூக்கும் நட்பும் பெறுவது
கொள்வாரும் கள்வரும் நேர்.

814. அமரகத்து ஆற்றறுக்கும் கல்லாமா அன்னார்
தமரின் தனிமை தலை.

815. செய்தேமஞ் சாராச் சிறியவர் புன்கேண்மை
எய்தலின் எய்தாமை நன்று.

816. பேதை பெருங்கெழீஇ நட்பின் அறிவுடையார்
ஏதின்மை கோடி உறும்.

817. நகைவகைய ராகிய நட்பின் பகைவரால்
பத்தடுத்த கோடி உறும்.

818. ஒல்லும் கருமம் உடற்று பவர்கேண்மை
சொல்லாடார் சோர விடல்.

819. கனவினும் இன்னாது மன்னோ வினைவேறு
சொல்வேறு பட்டார் தொடர்பு.

820. எனைத்தும் குறுகுதல் ஓம்பல் மனைக்கெழீஇ
மன்றில் பழிப்பார் தொடர்பு.

٨٣. الصداقة الغير مرغوب فيها

٨٢١. من يتظاهر بالصداقة فصداقته كمثل السندان يضرب به إذا وجد الفرصة.

٨٢٢. من يتظاهر بالمودة والقرابة فمودته تتغير كقلب العاهرة.

٨٢٣. لا يصبح الأعداء أصدقاء مخلصين ولو درسوا الكتب الكثيرة.

٨٢٤. تخاف الصداقة مع الذي يظهر الابتسامة في وجهه ويخفي البغضاء في قلبه.

٨٢٥. الذين لا يصاحبونك بمودة خالصة فلا تثق بأقوالهم في أي شيء.

٨٢٦. ستنكشف حقيقة كلمات الصديق الخائن ولو كانت كلمات حسنة.

٨٢٧. لا يؤتمن خضوع العدو في كلامه الحلو لأن انحناء القوس علامة الخطر.

٨٢٨. قد تضمر قبضة العدو خنجراً وتدمع العين زوراً.

٨٢٩. من يصاحبك في الظاهر ويستهزئ بك في الباطن فارمه في استهزائه واقطع صحبته.

٨٣٠. إذا أصبح العدو صديقا يوماً، فاقبله ولا تقربه منك.

83. கூடாநட்பு

821. சீரிடம் காணின் எறிதற்குப் பட்டடை
நேரா நிரந்தவர் நட்பு.

822. இனம்போன்(று) இனமல்லார் கேண்மை மகளிர்
மனம்போல வேறு படும்.

823. பலநல்ல கற்றக் கடைத்தும் மனநல்லர்
ஆகுதல் மாணார்க் கரிது.

824. முகத்தின் இனிய நகாஅ அகத்தின்னா
வஞ்சரை அஞ்சப் படும்.

825. மனத்தின் அமையா தவரை எனைத்தொன்றும்
சொல்லினால் தேறற்பாற்(று) அன்று.

826. நட்டார்போல் நல்லவை சொல்லினும் ஒட்டார்சொல்
ஒல்லை உணரப் படும்.

827. சொல்வணக்கம் ஒன்னார்கண் கொள்ளற்க வில்வணக்கம்
தீங்கு குறித்தமை யான்.

828. தொழுதகை யுள்ளும் படையொடுங்கும் ஒன்னார்
அழுதகண் ணீரும் அனைத்து.

829. மிகச்செய்து தம்மெள்ளு வாரை நகச்செய்து
நட்பினுள் சாப்புல்லற் பாற்று.

830. பகைநட்பாம் காலம் வருங்கால் முகநட்(டு)
அகநட்(பு) ஒரீஇ விடல்.

٨٤. الحماقة

٨٣١. إذا سألت ما هي الحماقة
فهي التمسك بما يضرك وترك ما ينفعك.

٨٣٢. من أكبر شارة الحماقة
رغبة المرء فيما لا يليق بحسن خلقه.

٨٣٣. الأحمق لا يتصف بالحياء
وشدة الرغبة والمودة والرعاية.

٨٣٤. من أحمق الحمقى
من تعلم وعلّم الناس ما تعلم ثم لم يعمل به.

٨٣٥. سيبتلى الأحمق في أجياله السبعة في عذاب الجحيم
لما اكتسب في هذه الحياة.

٨٣٦. يفسد ما عمل الغبي بغير العلم
كما يفسد هو نفسه.

٨٣٧. إذا حصل الأحمق على أموال طائلة
يتمتع بها الأجانب ويجوع الأقرباء.

٨٣٨. حالة الأحمق ذي المال
كحالة المجنون السكران.

٨٣٩. الصحبة مع الأحمق متعة
لأنه لا ضرر في فراقه.

٨٤٠. الأحمق إذا دخل مجلس الملأ
كان كمن وسّخ الفراش النظيف بقدميه الوسختين.

84. பேதைமை

831. பேதைமை என்பதொன்று யாதெனின் ஏதங்கொண்(டு)
 ஊதியம் போக விடல்.

832. பேதைமையுள் எல்லாம் பேதைமை காதன்மை
 கையல்ல தன்கண் செயல்.

833. நாணாமை நாடாமை நாரின்மை யாதொன்றும்
 பேணாமை பேதை தொழில்.

834. ஓதி உணர்ந்தும் பிறர்க்குரைத்தும் தானடங்காப்
 பேதையின் பேதையார் இல்.

835. ஒருமைச் செயலாற்றும் பேதை எழுமையும்
 தான்புக் கழுந்தும் அளறு.

836. பொய்படும் ஒன்றோ புனைபூணும் கையறியாப்
 பேதை வினைமேற் கொளின்.

837. ஏதிலார் ஆரத் தமர்பசிப்பர் பேதை
 பெருஞ்செல்வம் உற்றக் கடை.

838. மையல் ஒருவன் களித்தற்றால் பேதைதன்
 கையொன்(று) உடைமை பெறின்.

839. பெரிதினிது பேதையார் கேண்மை பிரிவின்கண்
 பீழை தருவதொன் றில்.

840. கழாஅக்கால் பள்ளியுள் வைத்தற்றால் சான்றோர்
 குழாஅத்துப் பேதை புகல்.

٨٥. البلاهة

٨٤١. ليس الفقر هو فقر المال
بل فقر العقل هو الفقر الحقيقي عند الناس.

٨٤٢. إذا أهدى الغبي إلى أحد شيئاً
فإنه من حسن حظ الآخذ.

٨٤٣. الضرر التي يضر بها الغبي نفسه
أعظم مما يضره عدوه.

٨٤٤. ما البلاهة
إلا تزكية المرء نفسَه.

٨٤٥. من تعالم فيما لا يعلم
فسيشك فيه الناس فيما يعلم.

٨٤٦. الأبله من ستر جسمه
ولم يستر عيبه.

٨٤٧. الغبي أعظم ما يضر به نفسَه
هو إبعاد نفسه عن العلم.

٨٤٨. الأحمق الذي لا يتبع نصائح الآخرين ولا يهتدي بنفسه إلى الخير
فذلك مرض يبقى معه حتى الموت.

٨٤٩. من يعلّم الأحمق يصبحْ أحمقا
لأن الأحمق يظن نفسه حكيما.

٨٥٠. من ينكر الحق الذي يقبله الخلق
فهو شيطان يستعاذ منه.

85. புல்லறிவாண்மை

841. அறிவின்மை இன்மையுள் இன்மை பிறிதின்மை
இன்மையா வையா துலகு.

842. அறிவிலான் நெஞ்சுவந்து ஈதல் பிறிதியாதும்
இல்லை பெறுவான் தவம்.

843. அறிவிலார் தாந்தம்மைப் பீழிக்கும் பீழை
செறுவார்க்கும் செய்தல் அரிது.

844. வெண்மை எனப்படுவ (தி)யாதெனின் ஒண்மை
உடையம்யாம் என்னும் செருக்கு.

845. கல்லாத மேற்கொண் டொழுகல் கசடற
வல்லதூஉம் ஐயம் தரும்.

846. அற்றம் மறைத்தலோ புல்லறிவு தம்வயின்
குற்றம் மறையா வழி.

847. அருமறை சோரும் அறிவிலான் செய்யும்
பெருமிறை தானே தனக்கு.

848. ஏவவும் செய்கலான் தான்தேறான் அவ்வுயிர்
போஒம் அளவுமோர் நோய்.

849. காணாதான் காட்டுவான் தான்காணான் காணாதான்
கண்டானாம் தான்கண்ட வாறு.

850. உலகத்தார் உண்டென்ப(து) இல்லென்பான் வையத்து
அலகையா வைக்கப் படும்.

٨٦. الحقد

٨٥١. يقول الحكيم: الحقد هو داء يورث سوء الخلق لجميع الخلق لكي يختلفوا بينهم.

٨٥٢. إذا آذاك الرجل بعداوة منه فالأفضل أن لا تؤذيه بحقد منك.

٨٥٣. من أزال عن نفسه وباء الحقد الخبيث فسينال المجد الأبدي.

٨٥٤. إذا نزع أحد أعظم البؤس "الحقد" من قلبه فينال أعظم الفرح.

٨٥٥. من يقدر التغلّب على المرء الذي يجتنب الحقد؟

٨٥٦. الفشل والهلاك قريبان من الرجل الذي يظنّ أن ثمرة الحقد لذيذة.

٨٥٧. أولو العقل الفاسد الذي يحب الحقد لا يدركون الحقائق التي هي سبب للنجاة.

٨٥٨. الغنى هو تجنب الحقد والميل إليه يورث الكوارث.

٨٥٩. يرغب الرجل عن الحقد عند السعادة ويرغب فيه عند الشقاوة.

٨٦٠. الحقد يورث جميع الكوارث والصداقة تورث المجد والسعادة.

86. இகல்

851. இகலென்ப எல்லா உயிர்க்கும் பகலென்னும்
பண்பின்மை பாரிக்கும் நோய்.

852. பகல்கருதிப் பற்றா செயினும் இகல்கருதி
இன்னாசெய் யாமை தலை.

853. இகலென்னும் எவ்வநோய் நீக்கின் தவலில்லாத்
தாவில் விளக்கம் தரும்.

854. இன்பத்துள் இன்பம் பயக்கும் இகலென்னும்
துன்பத்துள் துன்பங் கெடின்.

855. இகலெதிர் சாய்ந்தொழுக வல்லாரை யாரே
மிகலூக்கும் தன்மை யவர்.

856. இகலின் மிகலினிது என்பவன் வாழ்க்கை
தவலும் கெடலும் நணித்து.

857. மிகல்மேவல் மெய்ப்பொருள் காணார் இகல்மேவல்
இன்னா அறிவி னவர்.

858. இகலிற்(கு) எதிர்சாய்தல் ஆக்கம் அதனை
மிகலூக்கின் ஊக்குமாம் கேடு.

859. இகல்காணான் ஆக்கம் வருங்கால் அதனை
மிகல்காணும் கேடு தரற்கு.

860. இகலானாம் இன்னாத எல்லாம் நகலானாம்
நன்னயம் என்னும் செருக்கு.

٨٧. العداوة

٨٦١. تجنّبْ مقاومة الأعداء إذا كانوا أقوى منك ولكن يستحسن مقاتلة الأعداء إذا كانوا أقل منك قوةً.

٨٦٢. كيف يتغلب الملك الضعيف على أعداءه الأقوياء إذا لم يكن له من يحبه ويدافع عنه؟

٨٦٣. إذا كان الرجل جبانا وجاهلاً ومكروهاً عند الناس وبخيلاً فهو لقمة سائغة لعدوه.

٨٦٤. من لم يكظم غيضه ولم يضبط نفسه فسيصبح فريسة هينة لكل الأعداء في جميع الأوقات والأماكن.

٨٦٥. سهل على الأعداء من كان لا يهتدي إلى الخير ولا يعمل به ولا يبالي اللؤم ولا يتصف بصفات حميدة.

٨٦٦. من يغضب بغير حق ويقع في الشهوات فستقبل عداوته بحفاوة.

٨٦٧. اكسب ولو بالثمن عداوة من صاحبك وفعل ما لا يرضيك.

٨٦٨. من ساءت أخلاقه وكثرت ذنوبه فسيبقى وحيدا ويفرح به أعداءه.

٨٦٩. لن تزول المسرات الجليلة عمن انتصر على أعداءه الأغبياء والخُوَّف.

٨٧٠. من لم يستطع أن يتغلب على عدوه الجاهل فلن يناله المجد.

87. பகைமாட்சி

861. வலியார்க்கு மாறேற்றல் ஓம்புக ஓம்பா
     மெலியார்மேல் மேக பகை.

862. அன்பிலன் ஆன்ற துணையிலன் தான்துவ்வான்
     என்பரியும் ஏதிலான் துப்பு.

863. அஞ்சும் அறியான் அமைவிலன் ஈகலான்
     தஞ்சம் எளியன் பகைக்கு.

864. நீங்கான் வெகுளி நிறையிலன் எஞ்ஞான்றும்
     யாங்கணும் யார்க்கும் எளிது.

865. வழிநோக்கான் வாய்ப்பன செய்யான் பழிநோக்கான்
     பண்பிலன் பற்றார்க்(கு) இனிது.

866. காணாச் சினத்தான் கழிபெருங் காமத்தான்
     பேணாமை பேணப் படும்.

867. கொடுத்தும் கொளல்வேண்டும் மன்ற அடுத்திருந்து
     மாணாத செய்வான் பகை.

868. குணனிலனாய்க் குற்றம் பலவாயின் மாற்றார்க்(கு)
     இனனிலனாம் ஏமாப் புடைத்து.

869. செறுவார்க்குச் சேணிகவா இன்பம் அறிவிலா
     அஞ்சும் பகைவர்ப் பெறின்.

870. கல்லான் வெகுளும் சிறுபொருள் எஞ்ஞான்றும்
     ஒல்லானை ஒல்லா தொளி.

٨٨. معرفة قوة الأعداء

٨٧١. العداوة من سوء الخلق
فلا يرغبن أحد فيها ولو كان مزاحا.

٨٧٢. لا يعادينّ أحد الفلاح الذي يحرث بالقلم واللسان
ولو عادى الفلاحَ الذي يحارب بالقوس.

٨٧٣. من قاتل الأعداء الكثيرين منفرداً
فهو أشد حمقاً من المجنون.

٨٧٤. يدوم العالَم بسماحة مَن يجعل عدوه صديقا
ويُحسن إليه.

٨٧٥. من كان له عدوّان ولم يكن له صديق
فالأحسن أن يتخذ أحدهما صديقاً له.

٨٧٦. إذا وثق أحد بعدوه أو لم يثق به من قبل
فلا يقاربه ولا يفارقه في وقت الشدة بل يتركه وحيدا.

٨٧٧. لا تكشف بلاياك لمن لا عهد له بها
ولا تُوقِف عدوَك على ضعفك.

٨٧٨. ستذهب كبرياء أعدائك عندما تحمي نفسك
وتدافع عنها بطريق صحيح.

٨٧٩. اقطع شجرة الشوك في صغرها
وإلا شاكت يد قاطعها إذا نمت واشتدت.

٨٨٠. من لم يُخضِع كبرياء أعداءه
فلا يستطع أن يبقى متنفسا حياًّ.

88. பகைத்திறந்தெரிதல்

871. பகைஎன்னும் பண்பி லதனை ஒருவன்
நகையேயும் வேண்டற்பாற்(று) அன்று.

872. வில்லேர் உழவர் பகைகொளினும் கொள்ளற்க
சொல்லேர் உழவர் பகை.

873. ஏமுற் றவரினும் ஏழை தமியனாய்ப்
பல்லார் பகைகொள் பவன்.

874. பகைநட்பாக் கொண்டொழுகும் பண்புடை யாளன்
தகைமைக்கண் தங்கிற்று உலகு.

875. தன்துணை இன்றால் பகையிரண்டால் தான்ஒருவன்
இன்துணையாக் கொள்கவற்றின் ஒன்று.

876. தேறினும் தேறா விடினும் அழிவின்கண்
தேறான் பகாஅன் விடல்.

877. நோவற்க நொந்த(து) அறியார்க்கு மேவற்க
மென்மை பகைவர் அகத்து.

878. வகையறிந்து தற்செய்து தற்காப்ப மாயும்
பகைவர்கண் பட்ட செருக்கு.

879. இளைதாக முள்மரம் கொல்க களையுநர்
கைகொல்லும் காழ்த்த இடத்து.

880. உயிர்ப்ப உளரல்லர் மன்ற செயிர்ப்பவர்
செம்மல் சிதைக்கலா தார்.

٨٩. الخيانة

٨٨١. الظل والماء مَضرتان للصحة إذا كانا يورثان المرض وكذلك خيانة الأقارب مهلكة.

٨٨٢. لا خوف من العدو الظاهر مثل السيف ولكن الخوف من صحبة الخائن.

٨٨٣. اتق العداوة الداخلية فإنها تلقيك في التهلكة التي هي أوقع من مدية الخزّاف على القدر.

٨٨٤. عداوة الرجل الخفية الفاسدة ستؤديه إلى مشكلات تسبب الفساد بين أقربائه.

٨٨٥. العداوة الخفية بين الأقارب ستجلب إلى صاحبه المصائب المهلكة.

٨٨٦. إذا نشأت العداوة الخفية بين شخص وأقاربه فمن المستحيل أن يحفظ نفسه من الهلاك.

٨٨٧. لو كانت الأسرة مثل الإناء وغطائه في الألفة لم تنجح إذا كانت بينهم عداوة وبغضاء.

٨٨٨. العائلة التي اتصف أعضائها بالعداوة الخفية ستفترق وتضعف كما يضعف الحديد بحك المِبرد.

٨٨٩. يكون في العداوة الخفية شر يهلك الأسرة ولو كانت مثل شِقّة السمسم في حجمها.

٨٩٠. الحياة مع من لا يناسب كمثل الحياة مع الأفعى في كوخ واحد.

89. உட்பகை

881. நிழல்நீரும் இன்னாத இன்னா தமர்நீரும்
     இன்னாவாம் இன்னா செயின்.

882. வாள்போல் பகைவரை அஞ்சற்க அஞ்சுக
     கேள்போல் பகைவர் தொடர்பு.

883. உட்பகை அஞ்சித்தற் காக்க உலைவிடத்து
     மட்பகையின் மாணத் தெறும்.

884. மனமாணா உட்பகை தோன்றின் இனமாணா
     ஏதம் பலவும் தரும்.

885. உறல்முறையான் உட்பகை தோன்றின் இறல்முறையான்
     ஏதம் பலவும் தரும்.

886. ஒன்றாமை ஒன்றியார் கட்படின் எஞ்ஞான்றும்
     பொன்றாமை ஒன்றல் அரிது.

887. செப்பின் புணர்ச்சிபோல் கூடினும் கூடாதே
     உட்பகை உற்ற குடி.

888. அரம்பொருத பொன்போலத் தேயும் உரம்பொருது
     உட்பகை உற்ற குடி.

889. எட்பக வன்ன சிறுமைத்தே ஆயினும்
     உட்பகை உள்ளதாங் கேடு.

890. உடம்பா(டு) இலாதவர் வாழ்க்கை குடங்கருள்
     பாம்போ(டு) உடனுறைந் தற்று.

٩٠. عدم تحقير الأكابر

٨٩١. من خير حراسة الإنسان لنفسه أن لا يستخفَّ بإنجازات الكبير.

٨٩٢. من لم يوقّر الأكابر الأقوياء فإنه يقع في المحن الدائمة.

٨٩٣. من يحب هلاك نفسه فليستخف بنصائح الأكابر وليرتكب الجرائم ضد المنجزين الأقوياء.

٨٩٤. مشاقة الضعيف أصحابَ القوة والسلطة نداء منه بملَك الموت.

٨٩٥. من تعرض لغضب الملك القوي فلا ينجح ولا يعيش أينما فر منه.

٨٩٦. ربما يعيش الإنسان بعد تحريق النار إياه، ولكن أنى له العيش إذا شاجَر العظيم!

٨٩٧. لا تنفع المرءَ عيشته السعيدة ولا ثروته العظيمة إذا أخطأ في حق العظام.

٨٩٨. لو حُطّ عن قدر الكبار لهلك الحاطّ ولو كانت عاقلتُه أقوى.

٨٩٩. إذا ثار بالغضب العظيمُ، لهلك الملك مع مُلكه.

٩٠٠. إذا غضب ذو الشرف والقوة على رجل فلن ينجو من الهلاك ولو نصره الناصرون.

90. பெரியாரைப் பிழையாமை

891. ஆற்றுவார் ஆற்றல் இகழாமை போற்றுவார்
போற்றலுள் எல்லாம் தலை.

892. பெரியாரைப் பேணா(து) ஒழுகிற் பெரியாரால்
பேரா இடும்பை தரும்.

893. கெடல்வேண்டின் கேளாது செய்க அடல்வேண்டின்
ஆற்று பவர்கண் இழுக்கு.

894. கூற்றத்தைக் கையால் விளித்தற்றால் ஆற்றுவார்க்கு
ஆற்றாதார் இன்னா செயல்.

895. யாண்டுச்சென்(று) யாண்டும் உளராகார் வெந்துப்பின்
வேந்து செறப்பட் டவர்.

896. எரியால் சுடப்படினும் உய்வுண்டாம் உய்யார்
பெரியார்ப் பிழைத்தொழுகு வார்.

897. வகைமாண்ட வாழ்க்கையும் வான்பொருளும் என்னாம்
தகைமாண்ட தக்கார் செறின்.

898. குன்றன்னார் குன்ற மதிப்பின் குடியொடு
நின்றன்னார் மாய்வர் நிலத்து.

899. ஏந்திய கொள்கையார் சீறின் இடைமுரிந்து
வேந்தனும் வேந்து கெடும்.

900. இறந்தமைந்த சார்புடையர் ஆயினும் உய்யார்
சிறந்தமைந்த சீரார் செறின்.

٩١. الزوجة المسيطرة

٩٠١. من يخنع لزوجته فلا يحصل على الفضيلة ومن يريد أن ينجز عملا عظيما فلا يرغب في ذلك.

٩٠٢. ثروة الرجل الذي فتنته زوجته ولم يملك عزة النفس ستجلب إليه العار والشنار.

٩٠٣. ذلة خضوع الرجل لامرأته ستجلب إليه العار بين الأخيار أبدا.

٩٠٤. من يخشى زوجته فلا يستحق السعادة الأخروية وأعماله الجليلة لا تنال الفضيلة.

٩٠٥. من يخشى زوجته فلن يقدم الخير إلى الأخيار.

٩٠٦. من يهاب ذراع زوجته الناعمة فلا يبقى له أي كرامة ولو عاش عيشة سعيدة في الدنيا.

٩٠٧. أنوثة المرأة الخجول أفضل من رجولية رجل يطوّع لأوامر امرأته.

٩٠٨. من استسلم لرغبات زوجته فلا يساعد أصدقاءه ولا يقوم بالأعمال الصالحة.

٩٠٩. الأعمال الصالحة والثروة والفضائل الأخرى فهذه لا تتيسر للرجل المطوّع لزوجته.

٩١٠. ذو الثقافة والعقل السليم لا يجد لحماقة تملق الزوجة سبيلاً.

91. பெண்வழிச் சேறல்

901. மனைவிழைவார் மாண்பயன் எய்தார் வினைவிழைவார்
வேண்டாப் பொருளும் அது.

902. பேணாது பெண்விழைவான் ஆக்கம் பெரியதோர்
நாணாக நாணுத் தரும்.

903. இல்லாள்கண் தாழ்ந்த இயல்பின்மை எஞ்ஞான்றும்
நல்லாருள் நாணுத் தரும்.

904. மனையாளை அஞ்சும் மறுமையி லாளன்
வினையாண்மை வீறெய்த லின்று.

905. இல்லாளை அஞ்சுவான் அஞ்சுமற் றெஞ்ஞான்றும்
நல்லார்க்கு நல்ல செயல்.

906. இமையாரின் வாழினும் பாடிலரே இல்லாள்
அமையார்தோள் அஞ்சு பவர்.

907. பெண்ணேவல் செய்தொழுகும் ஆண்மையின் நாணுடைப்
பெண்ணே பெருமை உடைத்து.

908. நட்டார் குறைமுடியார் நன்றாற்றார் நன்னுதலாள்
பெட்டாங்கு ஒழுகு பவர்.

909. அறவினையும் ஆன்ற பொருளும் பிறவினையும்
பெண்ஏவல் செய்வார்கண் இல்.

910. எண்சேர்ந்த நெஞ்சத் திடனுடையார்க்(கு) எஞ்ஞான்றும்
பெண்சேர்ந்தாம் பேதைமை இல்.

٩٢. العاهرات

٩١١. إن النسوة اللاتي يتعرضن الرجال للمال لا للحب الصادق فكلامهن الحلو يهلكهم.

٩١٢. يجب على الرجل أن يتباعد عن المرأة الفاجرة التي تتكلم بكلمات ساحرة بقدر ما تجد من الأرباح.

٩١٣. معانقة العاهرة الطماعة كمعانقة الميت في الغرفة المظلمة.

٩١٤. العقلاء الذين يرغبون في النعمة لا يحبون متعة العاهرات الكاذبةَ اللاتي جل همِّهن جمع الأموال.

٩١٥. العقلاء الذين يتشرفون بالحكمة لا يرغبون في متعة العاهرات الكاذبة اللاتي يمتعن الجميع للمال.

٩١٦. الرجال الذين يريدون خصالا حميدة لا يمسون أكتاف البغايا اللاتي يفاخرن بجمالهن ويبعن أجسادهن.

٩١٧. الضعفاء الذين خبثت أخلاقهم وليست لهم العفة يرغبون في البغايا اللاتي يلامسن بالأجساد ولسْنَ بالقلوب.

٩١٨. البغية الغادرة يتردد إليها مَن لم يكن له عقل ولا حكمة.

٩١٩. إن أحضان العاهرات الناعمة اللاتي ليس لهن عفَّة فإنما هي جحيم يقع فيها الأسفلون.

٩٢٠. البغية ذات الوجهين والخمر والميسِر من آثار سوء حظ المرء.

92. வரைவின் மகளிர்

911. அன்பின் விழையார் பொருள்விழையும் ஆய்தொடியார்
இன்சொல் இழுக்குத் தரும்.

912. பயன்தூக்கிப் பண்புரைக்கும் பண்பில் மகளிர்
நயன்தூக்கி நள்ளா விடல்.

913. பொருட்பெண்டிர் பொய்ம்மை முயக்கம் இருட்டறையில்
ஏதில் பிணந்தழீஇ அற்று.

914. பொருட்பொருளார் புன்னலந் தோயார் அருட்பொருள்
ஆயும் அறிவி னவர்.

915. பொதுநலத்தார் புன்னலம் தோயார் மதிநலத்தின்
மாண்ட அறிவி னவர்.

916. தந்நலம் பாரிப்பார் தோயார் தகைசெருக்கிப்
புன்னலம் பாரிப்பார் தோள்.

917. நிறைநெஞ்சம் இல்லவர் தோய்வர் பிறநெஞ்சிற்
பேணிப் புணர்பவர் தோள்.

918. ஆயும் அறிவினர் அல்லார்க்(கு) அணங்கென்ப
மாய மகளிர் முயக்கு.

919. வரைவிலா மாணிழையார் மென்தோள் புரையிலாப்
பூரியர்கள் ஆழும் அளறு.

920. இருமனப் பெண்டிரும் கள்ளும் கவறும்
திருநீக்கப் பட்டார் தொடர்பு.

٩٣. تجنب شرب الخمر

٩٢١. مدمن الخمر لا يهابه أعدائه
ويفقِد حميد خصاله.

٩٢٢. إياك والخمرَ فمن لم يرد حسن الذكر
وجميل الثناء في قلوب الأفاضل فليتناولها.

٩٢٣. سكر الرجل بالخمر مؤلم لأمه
فما حاله أمام العقلاء؟

٩٢٤. تبتعد الخصلة الحسنة أي الحياء
عن الرجل يرتكب الخطيئة الكبيرة أي شرب الخمر.

٩٢٥. الجهل المركب
هو اشتراء الرجل بماله ما يسكره.

٩٢٦. النائم المستغرق والميت فليس بينهما فرق
وكذلك شارب الخمر كمثل آكل السم حيث يغمي عقله.

٩٢٧. من شرب الخمر مختفياً ويترنح
إذا وجده أهل البلد استهزأوا به.

٩٢٨. لا يقولن شارب الخمر "لن أشرب الخمر"
فإنه يبدو الحق والسر حين سكَرانه.

٩٢٩. النصيحة لمدمن الخمر لإنقاذه من الخمر
كبحث الغريق في قعر الماء بمشعل نار.

٩٣٠. ألا يعتبر الرجل في صحوته بعيب الخمر
حيث يرى شارب الخمر يتمايل من السكر؟

93. கள்ளுண்ணாமை

921. உட்கப் படாஅர் ஒளியிழப்பர் எஞ்ஞான்றும்
கட்காதல் கொண்டொழுகு வார்.

922. உண்ணற்க கள்ளை உணில்உண்க சான்றோரான்
எண்ணப் படவேண்டா தார்.

923. ஈன்றாள் முகத்தேயும் இன்னாதால் என்மற்றுச்
சான்றோர் முகத்துக் களி.

924. நாண்என்னும் நல்லாள் புறங்கொடுக்கும் கள்ளென்னும்
பேணாப் பெருங்குற்றத் தார்க்கு.

925. கையறி யாமை உடைத்தே பொருள்கொடுத்து
மெய்யறி யாமை கொளல்.

926. துஞ்சினார் செத்தாரின் வேறல்லர் எஞ்ஞான்றும்
நஞ்சுண்பார் கள்ளுண் பவர்.

927. உள்ளொற்றி உள்ளூர் நகப்படுவர் எஞ்ஞான்றும்
கள்ளொற்றிக் கண்சாய் பவர்.

928. களித்தறியேன் என்பது கைவிடுக நெஞ்சத்(து)
ஒளித்ததூஉம் ஆங்கே மிகும்.

929. களித்தானைக் காரணம் காட்டுதல் கீழ்நீர்க்
குளித்தானைத் தீத்துரீஇ அற்று.

930. கள்ளுண்ணாப் போழ்திற் களித்தானைக் காணுங்கால்
உள்ளான்கொல் உண்டதன் சோர்வு.

٩٤. القمار

٩٣١. لا يرغبنَّ أحد في القمار ولو فاز
لأن الذي فاز به ليس إلا كمثل شصّ يبتلعه السمك.

٩٣٢. المقامر يخسر مائة مرة ليربح مرة واحدة
فأنى له من سبيل إلى السعادة؟

٩٣٣. الذي يدوّر بلعبة النرد رجاءَ الربح
فإن أمواله التي اكتسبها تزول عنه إلى أعدائه.

٩٣٤. ليس هناك شيء يورث الفقر لرجل أكثر من القمار
وهو الذي يورث المصائب الكثيرة ويفسد مجده.

٩٣٥. من لم يهجر القمار وناديَه وتدوير لعبته
ولو كان غنيا فسصير معدما.

٩٣٦. من ابتَلعه شقاوة القمار
فإنه سيُبتلى بكثير من البليات والآفات.

٩٣٧. من تمضي أيامه في نادية القمار
فإنه يُهلك أمواله الموروثة وخصاله المحمودة.

٩٣٨. إن القمار يبلع الثروة ويوقع في الشقاوة
ويزيل الرحمة ويكسب الشح.

٩٣٩. اللباس والثروة والطعام والمجد والعلم؛
هذه الخمسة ستزول عن الرجل الذي عوّد نفسَه القمار.

٩٤٠. يزداد حب الرجل إلى القمار كلما يخسر منه
كما يزداد حبّ النفس إلى الحياة كلما يصاب الجسد بالبليات.

94. சூது

931. வேண்டற்க வென்றிடினும் சூதினை வென்றதூஉம்
    தூண்டிற்பொன் மீன்விழுங்கி அற்று.

932. ஒன்றெய்தி நூறிழக்கும் சூதர்க்கும் உண்டாங்கொல்
    நன்றெய்தி வாழ்வதோர் ஆறு.

933. உருளாயம் ஓவாது கூறின் பொருளாயம்
    போஒய்ப் புறமே படும்.

934. சிறுமை பலசெய்து சீரழிக்கும் சூதின்
    வறுமை தருவதொன்று இல்.

935. கவறும் கழகமும் கையும் தருக்கி
    இவறியார் இல்லாகி யார்.

936. அகடாரார் அல்லல் உழப்பர்சூ தென்னும்
    முகடியான் மூடப்பட் டார்.

937. பழகிய செல்வமும் பண்பும் கெடுக்கும்
    கழகத்துக் காலை புகின்.

938. பொருள்கெடுத்துப் பொய்மேற் கொளீஇ அருள்கெடுத்து
    அல்லல் உழப்பிக்கும் சூது.

939. உடைசெல்வம் ஊண்ஒளி கல்விஎன்று ஐந்தும்
    அடையாவாம் ஆயங் கொளின்.

940. இழத்தொறூஉம் காதலிக்கும் சூதேபோல் துன்பம்
    உழத்தொறூஉம் காதற்று உயிர்.

٩٥. الدواء

٩٤١. قال علماء الطب إن مواد الجسم الثلاث: الغازة والصفراء والبلغم إذا زادت أو نقصت فهي تورث المرض.

٩٤٢. إذا أكلت قدر الحاجة بعد انهضام الطعام فلا يحتاج جسمك إلى أي دواء.

٩٤٣. تغذَّ بالاعتدال بعد انهضام الطعام فهذه وسيلة لطول العمر.

٩٤٤. تأكدْ من هضم الطعام السابق ومن وجود الجوع اللائق واخترْ ما يناسب بجسمك ولا تأكل مالا يناسبك.

٩٤٥. إذا أكلت ما يسوغ لك وتركت ما لا تستسيغ فلا تعاني في حياتك أبداً.

٩٤٦. يحل المرض على من يكثر في الطعام كما يجد السرور من يهضم الطعام.

٩٤٧. الإسراف في الطعام يسبب كثرة الأسقام.

٩٤٨. ينبغي للطبيب الحاذق أن يشخص المرض ويبحث عن سببه ثم يعالج.

٩٤٩. يجب على الطبيب معرفة نظام الجسم وطبيعة المرض والوقت قبل العلاج.

٩٥٠. علم الطب يشتمل على أربعة: المريض والطبيب والدواء والممرضة.

95. மருந்து

941. மிகினும் குறையினும் நோய்செய்யும் நூலோர்
வளிமுதலா எண்ணிய மூன்று.

942. மருந்தென வேண்டாவாம் யாக்கைக்(கு) அருந்தியது
அற்றது போற்றி உணின்.

943. அற்றால் அளவறிந்து உண்க அஃதுடம்பு
பெற்றான் நெடிதுய்க்கும் ஆறு.

944. அற்ற(து) அறிந்து கடைப்பிடித்து மாறல்ல
துய்க்க துவரப் பசித்து.

945. மாறுபாடு இல்லாத உண்டி மறுத்துண்ணின்
ஊறுபாடு இல்லை உயிர்க்கு.

946. இழிவறிந்து உண்பான்கண் இன்பம்போல் நிற்கும்
கழிபேர் இரையான்கண் நோய்.

947. தீயள வன்றித் தெரியான் பெரிதுண்ணின்
நோயள வின்றிப் படும்.

948. நோய்நாடி நோய்முதல் நாடி அதுதணிக்கும்
வாய்நாடி வாய்ப்பச் செயல்.

949. உற்றான் அளவும் பிணியளவும் காலமும்
கற்றான் கருதிச் செயல்.

950. உற்றவன் தீர்ப்பான் மருந்துழைச் செல்வானென்(று)
அப்பால்நாற் கூற்றே மருந்து.

٩٦. أصيل النسب

٩٥١. الإخلاص في القول والعمل والحياء خصلتان لا تجتمعان إلا في من ولد في عائلة ذات الشهامة.

٩٥٢. المرء الذي ولد في عائلة نبيلة لا يتخلى عن ثلاث خصال: الأدب والصدق والحياء.

٩٥٣. من كان من أصيل النسب حقا فسيتصف بأربع صفات حسنة: طلاقة الوجه والجود وطيب الكلام وخلق مهذب.

٩٥٤. من ولد في عائلة نبيلة فلا يفسد شرف نسبه ولو نال بها آلاف مليون نقدا.

٩٥٥. الشخص الذي ولد في عائلة نبيلة عتيقة لا يمسك عن الإنفاق على الآخرين ولو نقصت أمواله.

٩٥٦. الذي يعيش متمسكا بخصال نسبه الكريمة لا يعمل بما لا يليق بشرفه.

٩٥٧. ذو النسب العريق يظهر عيبُه للناس كالنقطة السوداء على وجه بدر السماء.

٩٥٨. من لم يكن فيه خصلة الحب من بين خصائله الحميدة الأخرى فسيُرتاب في انتسابه إلى أسرة نبيلة.

٩٥٩. النبتة تدل على طبيعة التراب الذي نبتت فيه وكذلك الكلمات التي خرجت من فم الرجل تدل على خصال نسبه.

٩٦٠. من أراد الخير فليلزم الحياء ومن أراد رفعة النسب فليتواضع للجميع.

96. குடிமை

951. இற்பிறந்தார் கண்அல்ல(து) இல்லை இயல்பாகச்
செப்பமும் நாணும் ஒருங்கு.

952. ஒழுக்கமும் வாய்மையும் நாணும்இம் மூன்றும்
இழுக்கார் குடிப்பிறந் தார்.

953. நகைஈகை இன்சொல் இகழாமை நான்கும்
வகையென்ப வாய்மைக் குடிக்கு.

954. அடுக்கிய கோடி பெறினும் குடிப்பிறந்தார்
குன்றுவ செய்தல் இலர்.

955. வழங்குவ துள்வீழ்ந்தக் கண்ணும் பழங்குடி
பண்பில் தலைப்பிரிதல் இன்று.

956. சலம்பற்றிச் சால்பில செய்யார்மா சற்ற
குலம்பற்றி வாழ்தும்என் பார்.

957. குடிப்பிறந்தார் கண்விளங்கும் குற்றம் விசும்பின்
மதிக்கண் மறுப்போல் உயர்ந்து.

958. நலத்தின்கண் நாரின்மை தோன்றின் அவனைக்
குலத்தின்கண் ஐயப் படும்.

959. நிலத்தில் கிடந்தமை கால்காட்டும் காட்டும்
குலத்தில் பிறந்தார்வாய்ச் சொல்.

960. நலம்வேண்டின் நாணுடைமை வேண்டும் குலம்வேண்டின்
வேண்டுக யார்க்கும் பணிவு.

٩٧. العزة

٩٦١. لِيتجنَّبنَّ امرء عمّا يعكر عزة عائلته من أعمال،
ولو كانت من ضروريات حياته.

٩٦٢. من يحب العزة بالمجد لا يرتكب أعمالا غير مناسبة لنسبه
ولو كانت تورث المجد.

٩٦٣. الأفضل لأحد أن يتواضع عند الغنى المفرط
ويتوقر عند الفقر.

٩٦٤. الذين انحطوا عن مرتبتهم العلية
كانوا كمثل الشعرة التي سقطت من الرأس.

٩٦٥. قوم أعزاء كالجبال أصبحوا أذلة
إذا ارتكبوا عملاً حقيراً مثقال بذرة كُنْرِى.

٩٦٦. وقوف المرء ذليلا أمام من يحقره
فلا يورثه المجُد ولا يدخله الجنة، فما فائدته؟

٩٦٧. إذا قال الناس إن الرجل مات في حاله بالفقر
فذلك خير له من أن يعيش ذليلا عالة على من يحقره.

٩٦٨. إذا زال عن المرء عزّه وشرفه
فهل تكون العناية بالجسم دواءًا لدوام حياته؟

٩٦٩. إذا تساقط الشعر عن الثور الوحشي فلا يعيش
كذلك المرء إذا زالت عنه كرامته يموت.

٩٧٠. الأعزاء الذين اختاروا الموت على الذلة
سيثني عليهم الخلق ويحفظون ذكراهم في قلوبهم.

97. மானம்

961. இன்றி அமையாச் சிறப்பின ஆயினும்
குன்ற வருப விடல்.

962. சீரினும் சீரல்ல செய்யாரே சீரொடு
பேராண்மை வேண்டு பவர்.

963. பெருக்கத்து வேண்டும் பணிதல் சிறிய
சுருக்கத்து வேண்டும் உயர்வு.

964. தலையின் இழிந்த மயிரனையர் மாந்தர்
நிலையின் இழிந்தக் கடை.

965. குன்றின் அனையாரும் குன்றுவர் குன்றுவ
குன்றி அனைய செயின்.

966. புகழ்இன்றால் புத்தேள்நாட்(டு) உய்யாதால் என்மற்(று)
இகழ்வார்பின் சென்று நிலை.

967. ஒட்டார்பின் சென்றொருவன் வாழ்தலின் அந்நிலையே
கெட்டான் எனப்படுதல் நன்று.

968. மருந்தோமற்(று) ஊன்ஓம்பும் வாழ்க்கை பெருந்தகைமை
பீடழிய வந்த இடத்து.

969. மயிர்நீப்பின் வாழாக் கவரிமா அன்னார்
உயிர்நீப்பர் மானம் வரின்.

970. இளிவரின் வாழாத மானம் உடையார்
ஒளிதொழுது ஏத்தும் உலகு.

٩٨. العظمة

٩٧١.   فخر الرجل في قوة إرادته
ومن أراد أن يعيش بدونها فذلك ذلة له.

٩٧٢.   كلٌ سواء في الولادة
ولكن تختلف منازلهم باختلاف أعمالهم.

٩٧٣.   الأفضل من كانت فيه خصال محمودة ولو كان من منحط النسب،
والأدنى من كانت فيه خصال مذمومة ولو كان من عريق النسب.

٩٧٤.   يعظم أمر الرجل الذي يعيش متمسكا بالتقوى
كما يعظم أمر المرأة العفيفة.

٩٧٥.   العظيم من يستطيع
أن يقوم بأعمال عظيمة بالإتقان.

٩٧٦.   الأذلة لا يقدرون الأكابر حق قدرهم
ولا يحرصون على صحبتهم.

٩٧٧.   يتمرد اللئيم
إذا وجد ثروة وميزة تلمع على رأسه.

٩٧٨.   يتواضع الكبير أبدا
ولكن الحقير يعجب بنفسه دائماً.

٩٧٩.   إنما العظمة في التواضع
وإنما الصَغار في الغرور.

٩٨٠.   العظمة تستر عيوب الآخرين
ولكن الحقارة تكشفها للجميع.

98. பெருமை

971. ஒளிஒருவற்(கு) உள்ள வெறுக்கை இளிஒருவற்(கு)
     அஃதிறந்து வாழ்தும் எனல்.

972. பிறப்பொக்கும் எல்லா உயிர்க்கும் சிறப்பொவ்வா
     செய்தொழில் வேற்றுமை யான்.

973. மேலிருந்தும் மேலல்லார் மேலல்லர் கீழிருந்தும்
     கீழல்லார் கீழல் லவர்.

974. ஒருமை மகளிரே போலப் பெருமையும்
     தன்னைத்தான் கொண்டொழுகின் உண்டு.

975. பெருமை யுடையவர் ஆற்றுவார் ஆற்றின்
     அருமை உடைய செயல்.

976. சிறியார் உணர்ச்சியுள் இல்லை பெரியாரைப்
     பேணிக்கொள் வேம்என்னும் நோக்கு.

977. இறப்பே புரிந்த தொழிற்றாம் சிறப்புந்தான்
     சீரல் லவர்கண் படின்.

978. பணியுமாம் என்றும் பெருமை சிறுமை
     அணியுமாம் தன்னை வியந்து.

979. பெருமை பெருமிதம் இன்மை சிறுமை
     பெருமிதம் ஊர்ந்து விடல்.

980. அற்றம் மறைக்கும் பெருமை சிறுமைதான்
     குற்றமே கூறி விடும்.

٩٩. الكمال في الأخلاق

٩٨١. قيل: كل خير فريضة، يجب أدائها لمن جُبِل
على كمال الحكمة.

٩٨٢. حسن الخلق هو خير للكريم
وأما سواه من الفضائل فلا خير له فيه.

٩٨٣. المحبة والحياء والإحسان والحنان والصدق
فهذه الخصال الخمس أركان الكمال في الأخلاق.

٩٨٤. إنما ترك القتل كفارة
وإنما كمال الحكمة ستر العيوب.

٩٨٥. التواضع هو قوة الأقوياء
وآلة الحكماء تجعل الأعداء أصدقاء.

٩٨٦. معيار الكمال في الأخلاق هو اعتراف المرء بالهزيمة
ولو هزمه الدنيء.

٩٨٧. كيف ينفع المرءَ خلقُه الحسن
إذا لم يحسن إلى من أساء إليه؟

٩٨٨. الفقر ليس عيبا
إذا أُعْطِي الفقير مكارمَ الأخلاق.

٩٨٩. لا تتغير سجية من كان بحرا في حسن الخلق
إلى نهاية الدنيا.

٩٩٠. إذا تكدرت أخلاق الصالحين
فلا تتحمل هذه الأرض الواسعة أثقالها.

99. சான்றாண்மை

981. கடன்என்ப நல்லவை எல்லாம் கடன்அறிந்து
 சான்றாண்மை மேற்கொள் பவர்க்கு.

982. குணநலம் சான்றோர் நலனே பிறநலம்
 எந்நலத்து உள்ளதூஉம் அன்று.

983. அன்புநாண் ஒப்புரவு கண்ணோட்டம் வாய்மையொடு
 ஐந்துசால்பு ஊன்றிய தூண்.

984. கொல்லா நலத்தது நோன்மை பிறர்தீமை
 சொல்லா நலத்தது சால்பு.

985. ஆற்றுவார் ஆற்றல் பணிதல் அதுசான்றோர்
 மாற்றாரை மாற்றும் படை.

986. சால்பிற்குக் கட்டளை யாதெனின் தோல்வி
 துலையல்லார் கண்ணும் கொளல்.

987. இன்னாசெய் தார்க்கும் இனியவே செய்யாக்கால்
 என்ன பயத்ததோ சால்பு.

988. இன்மை ஒருவற்(கு) இளிவன்று சால்பென்னும்
 திண்மைஉண் டாகப் பெறின்.

989. ஊழி பெயரினும் தாம்பெயரார் சான்றாண்மைக்(கு)
 ஆழி எனப்படு வார்.

990. சான்றவர் சான்றாண்மை குன்றின் இருநிலந்தான்
 தாங்காது மன்னோ பொறை.

١٠٠. حسن الأدب

٩٩١. الحفاوة للجميع
خير وسيلة لحصول الفضيلة.

٩٩٢. المحبة وأصالة النسب
هما من علامات حسن الأدب.

٩٩٣. لا يتشابه الرجال بعضهم بعضاً في الأعضاء
إنما يتشابهون في القيم الخُلقية.

٩٩٤. من يحسن إلى الآخرين بالعدل والخير
سيثني على حسن خلقه العالَم.

٩٩٥. الإهانة شر ولو بمزح
فالكريم لا يضر أحدا ولو كان عدوا.

٩٩٦. تحفظ الأرض بوجود الصالحين
ولولاهم لهلكت الأرض.

٩٩٧. من لم يكن فيه حسن الخلق فكأنه شجر
وإن كان حاد الذكاء مثل المِبرَد.

٩٩٨. من لم يتعامل بخلق حسن مع الذين أساءوا إليه ولم يصحبوه
فسيكسب له الذلة.

٩٩٩. من لم يبدي الناس طلاقة الوجه
فستظلم الدنيا في النهار.

١٠٠٠. المال الطائل الذي اكتسبه المرء السيء الأخلاق
كمثل اللبن الذي فسد بالإناء الوسخ.

100. பண்புடைமை

991. எண்பதத்தால் எய்தல் எளிதென்ப யார்மாட்டும்
 பண்புடைமை என்னும் வழக்கு.

992. அன்புடைமை ஆன்ற குடிப்பிறத்தல் இவ்விரண்டும்
 பண்புடைமை என்னும் வழக்கு.

993. உறுப்பொத்தல் மக்களொப்பு அன்றால் வெறுத்தக்க
 பண்பொத்தல் ஒப்பதாம் ஒப்பு.

994. நயனொடு நன்றி புரிந்த பயனுடையார்
 பண்புபா ராட்டும் உலகு.

995. நகையுள்ளும் இன்னா திகழ்ச்சி பகையுள்ளும்
 பண்புள பாடறிவார் மாட்டு.

996. பண்புடையார்ப் பட்டுண்(டு) உலகம் அதுஇன்றேல்
 மண்புக்கு மாய்வது மன்.

997. அரம்போலும் கூர்மைய ரேனும் மரம்போல்வர்
 மக்கட்பண்(பு) இல்லா தவர்.

998. நண்பாற்றார் ஆகி நயமில செய்வார்க்கும்
 பண்பாற்றார் ஆதல் கடை.

999. நகல்வல்லர் அல்லார்க்கு மாயிரு ஞாலம்
 பகலும்பாற் பட்டன்(று) இருள்.

1000. பண்பிலான் பெற்ற பெருஞ்செல்வம் நன்பால்
 கலந்தீமை யால்திரிந் தற்று.

١٠١. الثروة غير النافعة

١٠٠١. من مات ولم ينتفع بما اكتنز من ماله الوفير فإنه لم ينجز أمراً في الدنيا.

١٠٠٢. الرجل الذي ظن بأن كل شيء يحصل بالمال ولم ينفقه على الآخرين لا يتشرف في ولادته الثانية.

١٠٠٣. من رغب في اكتناز الأموال ولم يرغب في المجد بالإنفاق على الآخرين فهو ثقل على وجه الأرض.

١٠٠٤. البخيل الذي لا يحبه الناس لبخله ماذا يخلف بعد مماته؟

١٠٠٥. من لم ينفق على الآخرين من أمواله ولم يتمتع بها فلا فائدة في أمواله ولو تضاعفت.

١٠٠٦. من لم يتمتع بأمواله ولم يعطها للمحتاجين فإنه مريض لماله الوافر.

١٠٠٧. المال الذي لم ينفق صاحبه على الفقراء كمثل امرأة جميلة طعنت في السن بلا زوج.

١٠٠٨. مال البخيل الذي لا يحبه الناس كمثل شجرة سامة مثمرة في وسط المدينة.

١٠٠٩. الغرباء يذهبون بمال المرء الذي لا يهتم بالقربى ولا يواسيهم ولا ينفق عليهم.

١٠١٠. الغني ذو المجد, ليس فقره إلا كظلال السحب ويزول عنه بعد مدة يسيرة.

101. நன்றியில்செல்வம்

1001. வைத்தான்வாய் சான்ற பெரும்பொருள் அஃதுண்ணான்
 செத்தான் செயக்கிடந்த(து) இல்.

1002. பொருளானாம் எல்லாமென்(று) ஈயா(து) இவறும்
 மருளானாம் மாணாப் பிறப்பு.

1003. ஈட்டம் இவறி இசைவேண்டா ஆடவர்
 தோற்றம் நிலக்குப் பொறை.

1004. எச்சமென்று என்எண்ணுங் கொல்லோ ஒருவரால்
 நச்சப் படாஅ தவன்.

1005. கொடுப்பதூஉம் துய்ப்பதூஉம் இல்லார்க்(கு) அடுக்கிய
 கோடியுண் டாயினும் இல்.

1006. ஏதம் பெருஞ்செல்வம் தான்துவ்வான் தக்கார்க்கொன்(று)
 ஈதல் இயல்பிலா தான்.

1007. அற்றார்க்கொன்(று) ஆற்றாதான் செல்வம் மிகநலம்
 பெற்றாள் தமியள்மூத் தற்று.

1008. நச்சப் படாதவன் செல்வம் நடுவூருள்
 நச்சு மரம்பழுத் தற்று.

1009. அன்பொரீஇத் தற்செற்(று) அறம்நோக்கா(து) ஈட்டிய
 ஒண்பொருள் கொள்வார் பிறர்.

1010. சீருடைச் செல்வர் சிறுதுனி மாரி
 வறங்கூர்ந் தனைய(து) உடைத்து.

١٠٢. الحياء

١٠١١. إن الحياء الحقيقي هو الحياء من الفاحشات
وما عداه حياء النساء.

١٠١٢. الطعام واللباس وغيرهما من الحوائج تعم كل فرد
ولكن الحياء هو شرف للإنسان.

١٠١٣. الأرواح كلها معلقة بالأجسام
والكمال في الأخلاق معلق بالحياء.

١٠١٤. أليس الحياء حِليَة للكرماء؟
أليس الكبرياء مرضا للمرء الذي لم يتصف بالحياء؟

١٠١٥. الذي يستحي من وقوع اللوم على غيره كما على نفسه
يعظمه العالَم ويسمّيه بمسكن الحياء.

١٠١٦. النبلاء يحصنون أنفسهم بالحياء
وليس بالدنيا الفانية.

١٠١٧. المجبول على الحياء لا يضحي الحياء بحياته
بل يضحي حياته بالحياء.

١٠١٨. من لم يستحي من ارتكاب ما يستحيي الناس منه
فإن الفضيلة تستحي من أن ترافقه.

١٠١٩. زلة المرء تفسد أصالة نسبه
ولكن عدم الحياء يفسد كل محاسنه.

١٠٢٠. إن حركة الإنسان الذي ليس في قلبه حياء
كحركةِ دميةٍ خشبيةٍ تُحرّك بخيوط خفية كأنها حية.

102. நாணுடைமை

1011. கருமத்தால் நாணுதல் நாணுந் திருநுதல்
நல்லவர் நாணுப் பிற.

1012. ஊணுடை எச்சம் உயிர்க்கெல்லாம் வேறல்ல
நாணுடைமை மாந்தர் சிறப்பு.

1013. ஊனைக் குறித்த உயிரெல்லாம் நாண்என்னும்
நன்மை குறித்தது சால்பு.

1014. அணிஅன்றோ நாணுடைமை சான்றோர்க்(கு)அஃ தின்றேல்
பிணிஅன்றோ பீடு நடை.

1015. பிறர்பழியும் தம்பழியும் நாணுவார் நாணுக்கு
உறைபதி என்னும் உலகு.

1016. நாண்வேலி கொள்ளாது மன்னோ வியன்ஞாலம்
பேணலர் மேலா யவர்.

1017. நாணால் உயிரைத் துறப்பர் உயிர்ப்பொருட்டால்
நாண்துறவார் நாணாள் பவர்.

1018. பிறர்நாணத் தக்கது தான்நாணா னாயின்
அறம்நாணத் தக்க(து) உடைத்து.

1019. குலஞ்சுடும் கொள்கை பிழைப்பின் நலஞ்சுடும்
நாணின்மை நின்றக் கடை.

1020. நாண்அகத் தில்லார் இயக்கம் மரப்பாவை
நாணால் உயிர்மருட்டி அற்று.

١٠٣. تطوير الأسرة

١٠٢١. من قال: "إني لا أتعب لتطوير شأن عائلتي" فإن قوله لا يساويه شيء من الكرامة.

١٠٢٢. يرتفع شأن أسرة المرء إذا كان متواصل العمل بأمرين: الجهد والحكمة البالغة.

١٠٢٣. من خرج لترقية شأن أسرته فإن القدر يتأهب لمساعدته ويهديه إلى ما يقصده.

١٠٢٤. من سارع إلى ترقية شأن أسرته فسيتحقق ذلك بنفسه بغير جهد من عنده.

١٠٢٥. سيحيط الناس بمن يعيش لترقية عائلته بغير ظلم حباً.

١٠٢٦. رجولة الرجل حقا هي أن يتولى شؤون عائلته التي ولد فيها لترقيتها.

١٠٢٧. يتولى الراعي القوي شؤون أسرته ويتحملها على عاتقه كما أن الشجاع الجريء يتولى أمور القتال.

١٠٢٨. ليس للمرء وقت معين للقيام بعمل في ترقية عائلته، فإنه إذا كسُل في العمل فتفسد كرامة العائلة.

١٠٢٩. من يسعى لإزالة الآلام عن عياله يكون جسده وعاء للبليات والمصائب!

١٠٣٠. العائلة التي ليس لها راع يتحمل ما يصيبها من البليات ويساعدها ستقع في الهلاك.

103. குடிசெயல்வகை

1021. கருமம் செயஒருவன் கைதூவேன் என்னும்
பெருமையின் பீடுடைய(து) இல்.

1022. ஆள்வினையும் ஆன்ற அறிவும் எனஇரண்டின்
நீள்வினையால் நீளும் குடி.

1023. குடிசெய்வல் என்னும் ஒருவற்குத் தெய்வம்
மடிதற்றுத் தான்முந் துறும்.

1024. சூழாமல் தானே முடிவெய்தும் தம்குடியைத்
தாழா(து) உஞற்று பவர்க்கு.

1025. குற்றம் இலனாய்க் குடிசெய்து வாழ்வானைச்
சுற்றமாச் சுற்றும் உலகு.

1026. நல்லாண்மை என்ப(து) ஒருவற்குத் தான்பிறந்த
இல்லாண்மை ஆக்கிக் கொளல்.

1027. அமரகத்து வன்கண்ணர் போலத் தமரகத்தும்
ஆற்றுவார் மேற்றே பொறை.

1028. குடிசெய்வார்க் கில்லை பருவம் மடிசெய்து
மானங் கருதக் கெடும்.

1029. இடும்பைக்கே கொள்கலம் கொல்லோ குடும்பத்தைக்
குற்றம் மறைப்பான் உடம்பு.

1030. இடுக்கண்கால் கொன்றிட வீழும் அடுத்தூன்றும்
நல்லாள் இலாத குடி.

١٠٤. الزراعة

١٠٣١. يعتمد العالم على الزراعة بعد البحث عن مصادر الرزق الأخرى
فالزراعة هي أفضل الحِرف ولو كانت فيها مشقات.

١٠٣٢. الفلاح هو كمثل المحور للعالم
لأنه يحمل مسؤولية الناس الذين لا يعرفون الزراعة.

١٠٣٣. إنما يعيش حقا من يأكل ما حصدت يداه
والآخرون يعيشون بفضل الزُراع.

١٠٣٤. الفلاح الكريم الذي يملك ثروة سنابل الحبات
سيجد جميع مظلات الملوك تحت ظل ملكه.

١٠٣٥. الذين يأكلون من كدّ أيديهم لا يتسوّلون أحداً أبداً
ويعطون لسائليهم شيئاً ولا يخفون عنهم.

١٠٣٦. إذا كُفت أيدي الفلاحين عن العمل الزراعي
فلا حياة بعد ذلك لأحد حتى لزهّاد.

١٠٣٧. حراثة الأرض ثم تجفيفها
تنتج حصادا وافرا بغير سماد.

١٠٣٨. السماد أفضل من الحرث وإذا ما أقلعت الأعشاب الضارة
فإن حماية الأرض أفضل من السقي.

١٠٣٩. إذا كان صاحب الحقل لا يختلف إلى حقله ليرعاه
فإنه يعبس في وجه صاحبه كما تعبس المرأة في وجه زوجها.

١٠٤٠. إن الأرض تضحك على من قعد عن العمل كسلا يقول:
وا أسفاه لا أجد شيئاً آكله.

104. உழவு

1031. சுழன்றும்ஏர்ப் பின்ன(து) உலகம் அதனால்
உழந்தும் உழவே தலை.

1032. உழுவார் உலகத்தார்க்(கு) ஆணிஅஃ தாற்றா(து)
எழுவாரை எல்லாம் பொறுத்து.

1033. உழுதுண்டு வாழ்வாரே வாழ்வார்மற் றெல்லாம்
தொழுதுண்டு பின்செல் பவர்.

1034. பலகுடை நீழலும் தங்குடைக்கீழ்க் காண்பர்
அலகுடை நீழ லவர்.

1035. இரவார் இரப்பார்க்கொன்(று) ஈவர் கரவாது
கைசெய்தூண் மாலை யவர்.

1036. உழவினார் கைம்மடங்கின் இல்லை விழைவதூஉம்
விட்டேம்என் பார்க்கும் நிலை.

1037. தொடிப்புழுதி கஃசா உணக்கின் பிடித்தெருவும்
வேண்டாது சாலப் படும்.

1038. ஏரினும் நன்றால் எருவிடுதல் கட்டபின்
நீரினும் நன்றதன் காப்பு.

1039. செல்லான் கிழவன் இருப்பின் நிலம்புலந்து
இல்லாளின் ஊடி விடும்.

1040. இலமென்(று) அசைஇ இருப்பாரைக் காணின்
நிலமென்னும் நல்லாள் நகும்.

١٠٥. الفقر

١٠٤١. إذا سئل: ما هو أشد إيلاما من الفقر؟
فالجواب: إنما الفقر هو أشد إيلاما.

١٠٤٢. إذا أصاب الإنسانَ فقر آثم
فما بقي له راحة في الدنيا ولا في الآخرة.

١٠٤٣. إذا أصاب الفقر المدقع شخصاً
فقد أهلك مجده وشرافة نسبه معا.

١٠٤٤. الفقر يحقر صاحبه ولو كان من أصيل النسب
حتى يجعله ينطق ما هو يُذله .

١٠٤٥. الفقر هو أذىً
يلجأ إليه جميع الكربات الأخرى.

١٠٤٦. لا قيمة لكلام الفقير عند الناس ولا يستفيدون منه
ولو تكلم بحِكَم بالغة.

١٠٤٧. الفقر المدقع الذي يخلو من البر إذا أصاب شخصاً
فتنظر إليه أمه كأنه غريب وتعرض عنه.

١٠٤٨. الفقير يندم كل يوم قائلا: هل يصيبني اليوم
ذلك الفقر الذي قتلني بالأمس؟

١٠٤٩. يستطيع المرء أن ينام في النار
ولكنه لا يستطيع أن يغمض عينيه في حالة الفقر.

١٠٥٠. الفقير لا يتزهد في الدنيا ولو كان قادرا عليه
من أجل أنه ليستهلك الملح والطعام من جيرانه.

105. நல்குரவு

1041. இன்மையின் இன்னாத(து) யாதெனின் இன்மையின்
இன்மையே இன்னா தது.

1042. இன்மை எனவொரு பாவி மறுமையும்
இம்மையும் இன்றி வரும்.

1043. தொல்வரவும் தோலும் கெடுக்கும் தொகையாக
நல்குரவு என்னும் நசை.

1044. இற்பிறந்தார் கண்ணேயும் இன்மை இளிவந்த
சொற்பிறக்கும் சோர்வு தரும்.

1045. நல்குரவு என்னும் இடும்பையுள் பல்குரைத்
துன்பங்கள் சென்று படும்.

1046. நற்பொருள் நன்குணர்ந்து சொல்லினும் நல்கூர்ந்தார்
சொற்பொருள் சோர்வு படும்.

1047. அறஞ்சாரா நல்குரவு ஈன்றதா யானும்
பிறன்போல நோக்கப் படும்.

1048. இன்றும் வருவது கொல்லோ நெருநலும்
கொன்றது போலும் நிரப்பு.

1049. நெருப்பினுள் துஞ்சலும் ஆகும் நிரப்பினுள்
யாதொன்றும் கண்பா(டு) அரிது.

1050. துப்புர வில்லார் துவரத் துறவாமை
உப்பிற்கும் காடிக்கும் கூற்று.

١٠٦. التسول

١٠٥١. تسولْ عند شخص مناسب
وإذا امتنع عن الإعطاء فإن اللوم عليه لا عليك.

١٠٥٢. إذا حصل المتسول على ما تسوله بغير أذىً
فإن تسوله متعة.

١٠٥٣. التسوّل جميل أمام شخص لا يخفي ما عنده
ويشعر مسؤوليته نحو الفقراء.

١٠٥٤. التسول أمام رجل لا يخفي ما عنده ولو في المنام
ذلك خير مثل الإعطاء.

١٠٥٥. إنما يتسول الناس لِما يبقى في وجه الأرض الكرامُ
يعطون المتسولين ولا يخفون ما عندهم.

١٠٥٦. ستزول آلام الفقر عن المتسولين إذا انتهَوا إلى أصحاب الجود
الذين لا يمتـنعون من الإعطاء.

١٠٥٧. ستبتهج قلوب المتسولين
إذا وجدوا من يعطيهم بغير السخرية والاستهزاء بهم.

١٠٥٨. إذا لم يوجد المتسول فإن حركة هذا العالم الواسع
تصير كدمية خشبية تتحرك بخيوط خفية.

١٠٥٩. لا تعد من مفاخر أهل الجود والكرم
إذا لم يكن هناك متسول لحاجته.

١٠٦٠. لا يغضب أحد على المتسول
فإن آلام فقره عبرة كافية له.

106. இரவு

1051. இரக்க இரத்தக்கார்க் காணின் கரப்பின்
அவர்பழி தம்பழி அன்று.

1052. இன்பம் ஒருவற்(கு) இரத்தல் இரந்தவை
துன்பம் உறாஅ வரின்.

1053. கரப்பிலா நெஞ்சின் கடனறிவார் முன்நின்(று)
இரப்புமோ ரேஎர் உடைத்து.

1054. இரத்தலும் ஈதலே போலும் கரத்தல்
கனவிலும் தேற்றாதார் மாட்டு.

1055. கரப்பிலார் வையகத்து உண்மையால் கண்ணின்(று)
இரப்பவர் மேற்கொள் வது.

1056. கரப்பிடும்பை யில்லாரைக் காணின் நிரப்பிடும்பை
எல்லாம் ஒருங்கு கெடும்.

1057. இகழ்ந்தெள்ளா(து) ஈவாரைக் காணின் மகிழ்ந்துள்ளம்
உள்ளுள் உவப்ப(து) உடைத்து.

1058. இரப்பாரை இல்லாயின் ஈர்ங்கண்மா ஞாலம்
மரப்பாவை சென்றுவந் தற்று.

1059. ஈவார்கண் என்னுண்டாம் தோற்றம் இரந்துகோள்
மேவார் இலாஅக் கடை.

1060. இரப்பான் வெகுளாமை வேண்டும் நிரப்பிடும்பை
தானேயும் சாலும் கரி.

١٠٧. الخوف من التسول

١٠٦١. عدم التسول أفضل بسبعين مرة ولو كان المعطي كالعين يعطيه بالرضا والفرح.

١٠٦٢. لو أراد خالق هذا الكون أن يعيش بعض الناس بتسول فدع الخالق يهلك بتسول.

١٠٦٣. من قال "إني أزيل الفقر عني بتسول" فليس هناك أشد شيء مثل حماقته.

١٠٦٤. عزم الرجل على عدم التسول أعظم شيء مما يحيط بهذه الكائنات ولو لم يكن عنده ما يسدّ حاجته.

١٠٦٥. لا شيء ألذ لشخصٍ مما اكتسب بكد يديه ولو كان عصيدة خفيفة سائلة مثل الماء.

١٠٦٦. ليس شيء أحقر على اللسان من التسول ولو كان ماء لسقي بقرته.

١٠٦٧. أنا أتسول عند كل متسول أن لا يتسول أمام البخيل يخفي ما عنده من الثروة.

١٠٦٨. سفينة التسوّل التي ليس لها ملاح تنهدم أمام صخرة القلب القاسي المانع من الإعطاء.

١٠٦٩. يرقّ القلب إذا تذكّر آلام التسوّل، ولكن سيقسو القلب إذا تذكر المرءَ الذي يخفي ما عنده.

١٠٧٠. كلمة "لا" تهلك روح المتسول فأين تذهب روح من يقول للمتسول: لا؟

107. இரவச்சம்

1061. கரவா(து) உவந்தீயும் கண்ணன்னார் கண்ணும்
இரவாமை கோடி உறும்.

1062. இரந்தும் உயிர்வாழ்தல் வேண்டின் பரந்து
கெடுக உலகியற்றி யான்.

1063. இன்மை இடும்பை இரந்துதீர் வாமென்னும்
வன்மையின் வன்பாட்ட தில்.

1064. இடமெல்லாம் கொள்ளாத் தகைத்தே இடமில்லாக்
காலும் இரவொல்லாச் சால்பு.

1065. தெண்ணீர் அடுபுற்கை ஆயினும் தாள்தந்த(து)
உண்ணலின் ஊங்கினிய தில்.

1066. ஆவிற்கு நீரென்(று) இரப்பினும் நாவிற்(கு)
இரவின் இளிவந்த தில்.

1067. இரப்பன் இரப்பாரை எல்லாம் இரப்பின்
கரப்பார் இரவன்மின் என்று.

1068. இரவென்னும் ஏமாப்பில் தோணி கரவென்னும்
பார்தாக்கப் பக்கு விடும்.

1069. இரவுள்ள உள்ளம் உருகும் கரவுள்ள
உள்ளதூஉம் இன்றிக் கெடும்.

1070. கரப்பவர்க்கு யாங்கொளிக்கும் கொல்லோ இரப்பவர்
சொல்லாடப் போஒம் உயிர்.

١٠٨. البساطة

١٠٧١. البسطاء أشبه الناس بالكبار في الظاهر وما رأيتُ مشابهة دقيقة بينهم في غيرهم.

١٠٧٢. أبسط الناس هم أكثر سعادة من العقلاء لأن قلوبهم خالية من حزن.

١٠٧٣. كأن البسطاء ملوك على وجه الأرض حيث أنهم يعيشون كما تهوى أنفسهم.

١٠٧٤. إذا رأى أسفل الناس من يطيعهم يتفاخرون بأنهم أعلاه.

١٠٧٥. الخوف هو السبب الرئيسي لحسن سلوك البسطاء، وطمعهم سيزيدهم في حسن السلوك.

١٠٧٦. العامة هم مثل الطبل لأنهم يفشون الأسرار التي سمعوها.

١٠٧٧. العامة لا يعطون شيئاً إلا إذا أخذ منهم غصباً.

١٠٧٨. يساعد الكرماء المحتاجين إذا طلبوهم ولكن العامة لا يفعلون الخيرات إلا بعد عصر شديد مثل قصب السكر.

١٠٧٩. إذا رأى العامي أحداً يأكل ويلبس بترف فيطعن عليه حسدا منه.

١٠٨٠. العامة الذين لا يليقون لشيء يبيعون أنفسهم عند المصائب.

108. கயமை

1071. மக்களே போல்வர் கயவர் அவரன்ன
ஒப்பா ரியாங்கண்ட தில்.

1072. நன்றறி வாரிற் கயவர் திருவுடையர்
நெஞ்சத்(து) அவலம் இலர்.

1073. தேவர் அனையர் கயவர் அவருந்தாம்
மேவன செய்தொழுக லான்.

1074. அகப்பட்டி ஆவாரைக் காணின் அவரின்
மிகப்பட்டுச் செம்மாக்கும் கீழ்.

1075. அச்சமே கீழ்களது ஆசாரம் எச்சம்
அவாவுண்டேல் உண்டாம் சிறிது.

1076. அறைபறை அன்னர் கயவர்தாம் கேட்ட
மறைபிறர்க்கு உய்த்துரைக்க லான்.

1077. ஈர்ங்கை விதிரார் கயவர் கொடிறுடைக்கும்
கூன்கையர் அல்லா தவர்க்கு.

1078. சொல்லப் பயன்படுவர் சான்றோர் கரும்புபோல்
கொல்லப் பயன்படும் கீழ்.

1079. உடுப்பதூஉம் உண்பதூஉம் காணின் பிறர்மேல்
வடுக்காண வற்றாகும் கீழ்.

1080. எற்றிற் குரியர் கயவரொன்று உற்றக்கால்
விற்றற்(கு) உரியர் விரைந்து.

القسم الثالث

الحب

١٠٩. سحر جمال المرأة

١٠٨١. أ فملكٌ هي أم طاؤوس جميل
أم امرأة ذات الحُلي؟ يتسائل قلبي معجباً؟

١٠٨٢. أتبعتْ النظرة بالنظرة
كأنها الجيش يكُرُّ علي.

١٠٨٣. ما كنت رأيت الموت قبلُ
ولكني الآن علمت أنه يحل في عيني المرأة.

١٠٨٤. إن المرأة لها عينان
تقتلان من نظر إليها.

١٠٨٥. في لحظ عينيها موت
وسعادة وخجول الظبية!

١٠٨٦. لو كانت حاجباها المتقوّستان مستقيمتين
لما أخافتاني.

١٠٨٧. كأن الجلباب الذي تلقي الفتاة على صدرها
مثل ثوب مزيَّن يلقى على جبين الفيل الثائر.

١٠٨٨. إن قوتي التي يخاف منها الأعداء في ميدان القتال
انهزمت أمام جبينها اللامع.

١٠٨٩. ما حاجة الفتاة لهذه الحُلي؟
لها نظراتها وحيائها.

١٠٩٠. لا تلذ الخمر إلا بعد رشفها
ولكن الغرام يلذ عند أول اللحظ.

109. தகையணங்குறுத்தல்

1081. அணங்குகொல் ஆய்மயில் கொல்லோ கனங்குழை
மாதர்கொல் மாலுமென் நெஞ்சு.

1082. நோக்கினாள் நோக்கெதிர் நோக்குதல் தாக்கணங்கு
தானைக்கொண் டன்ன துடைத்து.

1083. பண்டறியேன் கூற்றென் பதனை இனியறிந்தேன்
பெண்டகையால் பேரமர்க் கட்டு.

1084. கண்டார் உயிருண்ணும் தோற்றத்தால் பெண்டகைப்
பேதைக்(கு) அமர்த்தன கண்.

1085. கூற்றமோ கண்ணோ பிணையோ மடவரல்
நோக்கமிம் மூன்றும் உடைத்து.

1086. கொடும்புருவம் கோடா மறைப்பின் நடுங்கஞர்
செய்யல மன்இவள் கண்.

1087. கடாஅக் களிற்றின்மேற் கட்படாம் மாதர்
படாஅ முலைமேல் துகில்.

1088. ஒண்ணுதற் கோஒ உடைந்ததே ஞாட்பினுள்
நண்ணாரும் உட்குமென் பீடு.

1089. பிணையேர் மடநோக்கும் நாணும் உடையாட்(கு)
அணியெவனோ ஏதில தந்து.

1090. உண்டார்கண் அல்ல(து) அடுநறாக் காமம்போல்
கண்டார் மகிழ்செய்தல் இன்று.

١١٠. اكتشاف ما في القلب

١٠٩١. إن عينها المكحولة لها نظرتان في إحداهما داء وفي الأخرى الدواء.

١٠٩٢. إن لحظتها المختلسة أكثر لذة من نصف الضم.

١٠٩٣. نظرتْ إليّ ثم غضَّت بصرها وكذلك غرست فيّ نبتة الحب ثم أسقتها.

١٠٩٤. كلما أنظر إليها وهي تنزل رأسها وإذا لم أنظر إليها فهي تنظر إلي مبتسمةً.

١٠٩٥. هي لا تحدق بنظرها في وجهي بل تنظر إليّ بطرف عينها وتبتسم.

١٠٩٦. ولو كانت تغلظ في القول كغريبة فلا يغلظ قلبها وكلماتها لطيفة حقا.

١٠٩٧. التأنيب بدون عداوة ونظرة غضب كلاهما من علامات العشق يستعملهما العاشقون.

١٠٩٨. إذا نظرتُ إليها تبتسم بحنان ويكون فيها حسن وجمال في حركتها اللطيفة.

١٠٩٩. من طبيعة العاشقين أن تنظر العاشقة إلى عاشقها كالغريب بدون محبة في الظاهر.

١١٠٠. إذا تعاشقت العيون فلا حاجة لكلمات اللسان.

110. குறிப்பறிதல்

1091. இருநோக்(கு) இவளுண்கண் உள்ள(து) ஒருநோக்கு
நோய்நோக்கொன் றந்நோய் மருந்து.

1092. கண்களவு கொள்ளும் சிறுநோக்கம் காமத்தில்
செம்பாகம் அன்று பெரிது.

1093. நோக்கினாள் நோக்கி இறைஞ்சினாள் அஃதவள்
யாப்பினுள் அட்டிய நீர்.

1094. யான்நோக்கும் காலை நிலன்நோக்கும் நோக்காக்கால்
தான்நோக்கி மெல்ல நகும்.

1095. குறிக்கொண்டு நோக்காமை அல்லால் ஒருகண்
சிறக்கணித்தாள் போல நகும்.

1096. உறாஅ தவர்போல் சொலினும் செறாஅர்சொல்
ஒல்லை உணரப் படும்.

1097. செறாஅச் சிறுசொல்லும் செற்றார்போல் நோக்கும்
உறாஅர்போன்(று) உற்றார் குறிப்பு.

1098. அசையியற்கு உண்டாண்டோர் ஏஎர்யான் நோக்கப்
பசையினள் பைய நகும்.

1099. ஏதிலார் போலப் பொதுநோக்கு நோக்குதல்
காதலார் கண்ணே உள.

1100. கண்ணொடு கண்இணை நோக்கொக்கின் வாய்ச்சொற்கள்
என்ன பயனும் இல.

١١١. لذة الاعتناق

١١٠١. وُجدت لذة النظر والسمع والشم والمذاق
والِلمس في هذه الحسناء ذات سوارين لامعين.

١١٠٢. لا يعالج المرض بالمرض نفسه بل بالدواء،
ولكن المرض الذي أصابته الحسناء لا يعالج إلا بها.

١١٠٣. هل الجنة التي تشبه ورقة اللوتس
أمتعُ أم الرقدة في ذراعي الحبيبة؟

١١٠٤. إذا ابتعد عنها يشتعل وإذا دنا منها يتثلج،
من أين لها هذه النار الغريبة؟

١١٠٥. المرأة ذات الكتفين المزدهرتين
تعطي الحبيب اللذات التي عاش للحصول عليها.

١١٠٦. كأن كتفها طعام الجنة
إذا اعتنقها نعّشتْه.

١١٠٧. كأن متعة ضم هذه البيضاء متعة أكل العَشاء في البيت
بعد توزيعه بين أهله.

١١٠٨. إنضمام الحبيبين الذي لا تدخل الهواء بينهما
ألذ متعةٍ.

١١٠٩. الغضب الزائف والغيظ المحدود
ثم العناق هي المُتَع التي يجدها العاشقون.

١١١٠. كلما تزداد علما تزددْ معرفة بالجهل،
كلما تدنو من هذه الحسناء المزّيّنة تصْبُ إليها أكثر.

111. புணர்ச்சி மகிழ்தல்

1101. கண்டுகேட்டு உண்டுயிர்த்து உற்றறியும் ஐம்புலனும்
ஒண்தொடி கண்ணே உள.

1102. பிணிக்கு மருந்து பிறமன் அணியிழை
தன்நோய்க்குத் தானே மருந்து.

1103. தாம்வீழ்வார் மென்றோள் துயிலின் இனிதுகொல்
தாமரைக் கண்ணான் உலகு.

1104. நீங்கின் தெறூஉம் குறுகுங்கால் தண்ணென்னும்
தீயாண்டுப் பெற்றாள் இவள்.

1105. வேட்ட பொழுதின் அவையவை போலுமே
தோட்டார் கதுப்பினாள் தோள்.

1106. உறுதோ றுயிர்தளிர்ப்பத் தீண்டலால் பேதைக்(கு)
அமிழ்தின் இயன்றன தோள்.

1107. தம்மில் இருந்து தமதுபாத்து உண்டற்றால்
அம்மா அரிவை முயக்கு.

1108. வீழும் இருவர்க்(கு) இனிதே வளியிடை
போழப் படாஅ முயக்கு.

1109. ஊடல் உணர்தல் புணர்தல் இவைகாமம்
கூடியார் பெற்ற பயன்.

1110. அறிதோ றறியாமை கண்டற்றால் காமம்
செறிதோறும் சேயிழை மாட்டு.

١١٢. مدح جمالها

١١١١. أيتها الزهرة "أنيجا" أنت لطيفة
ولكن ألطف منك حبيبتي.

١١١٢. يا قلبي! ترى الأزهار وتظن أنها تماثل عيني الحبيبة
فتنخدع وتغترّ.

١١١٣. حبيبتي ذراعها مثل الخيزران
ولونها أبيض وأسنانها لآلئ وريحها عبق وعيناها رماح.

١١١٤. إذا رأتها أزهار زرقاء اِسْتَحَيْنَ منها
وعرفن أنهن لا يساوين عيني هذه المزّيّنة.

١١١٥. لو تزينت بزهرة "أنيجا" ومع قضيبها الرطب
لانبتّ خصرها الدقيق وماتت.

١١١٦. عمهت الكواكب لأنها لا تستطيع أن تميز بين البدر
ووجه هذه الحسناء.

١١١٧. هل وجد الكلفة في وجهها
كما وجد في وجه البدر؟ حاشا وكلاّ!

١١١٨. يا بدر! لو أضأتَ
كما يضيء وجهها لأحببتك.

١١١٩. يا بدر! إن أردت أن تساوي عينيها المشبهتين بالزهرة
فاقصر طرفك لحبيبها ولا تطلع على الناس.

١١٢٠. يشاك قدمها بأزهار "أنيجا" وبرَيَش الأوز
وذلك لشدة نعومتها.

112. நலம் புனைந்துரைத்தல்

1111. நன்னீரை வாழி அனிச்சமே நின்னினும்
மென்னீரள் யாம்வீழ் பவள்.

1112. மலர்காணின் மையாத்தி நெஞ்சே இவள்கண்
பலர்காணும் பூவொக்கும் என்று.

1113. முறிமேனி முத்தம் முறுவல் வெறிநாற்றம்
வேலுண்கண் வேய்த்தோ ளவட்கு.

1114. காணின் குவளை கவிழ்ந்து நிலன்நோக்கும்
மாணிழை கண்ணொவ்வேம் என்று.

1115. அனிச்சப்பூக் கால்களையாள் பெய்தாள் நுசுப்பிற்கு
நல்ல படாஅ பறை.

1116. மதியும் மடந்தை முகனும் அறியா
பதியின் கலங்கிய மீன்.

1117. அறுவாய் நிறைந்த அவிர்மதிக்குப் போல
மறுவுண்டோ மாதர் முகத்து.

1118. மாதர் முகம்போல் ஒளிவிட வல்லையேல்
காதலை வாழி மதி.

1119. மலரன்ன கண்ணாள் முகமொத்தி யாயின்
பலர்காணத் தோன்றல் மதி.

1120. அனிச்சமும் அன்னத்தின் தூவியும் மாதர்
அடிக்கு நெருஞ்சிப் பழம்.

١١٣. عظمة الحب

١١٢١. كأن لعابها ذا شبم من عوارضها النقية
ممزوج باللبن والعسل.

١١٢٢. العلاقة بيني وبينها
كالعلاقة بين الجسد والروح.

١١٢٣. أيا صورة في حدقة عيني!
غادري محلك لأنها سوف تحل محلك.

١١٢٤. إذا كنت في جنب عشيقتي المرصعة
بقيت المهجة في جسمي وإن فارقتُها فارقت جسمي.

١١٢٥. إذا نسيت محاسن حبيبتي ذات العينين المتوقدتين
أستطيع أن أتذكرها ولكن أنى لي أن أنساها؟

١١٢٦. حبيبي لا يهاجر عيني أبداً؛ إذا ألفتُّ نظري عنه
فلا يغضب لأنه ذو الرفق واللين.

١١٢٧. لا أكحل عيني
لأنه يحجب عني حبيبي الذي يقطنها.

١١٢٨. حبيبي ساكن في قلبي؛
لذا لا آكل حاراً مخافةً من ضره.

١١٢٩. يمحي وجه حبيبي من عيني إذا أغمضت عيني، لذا لا أنام؛
أهل قريتي يتهمونه بالقسوة غير دارين بأمري.

١١٣٠. حبيبي يسكن في قلبي أبدا؛ أهل قريتي لا يعرفون ذلك
بل يتهمونه بقسوة قلبه لفراقه عني.

113. காதற் சிறப்புரைத்தல்

1121. பாலொடு தேன்கலந் தற்றே பணிமொழி
வாலெயிறு ஊறிய நீர்.

1122. உடம்பொ(டு) உயிரிடை என்னமற் றன்ன
மடந்தையொடு எம்மிடை நட்பு.

1123. கருமணியிற் பாவாய்நீ போதாய்யாம் வீழும்
திருநுதற்கு இல்லை இடம்.

1124. வாழ்தல் உயிர்க்கன்னள் ஆயிழை சாதல்
அதற்கன்னள் நீங்கும் இடத்து.

1125. உள்ளுவன் மன்யான் மறப்பின் மறப்பறியேன்
ஒள்ளமர்க் கண்ணாள் குணம்.

1126. கண்ணுள்ளின் போகார் இமைப்பின் பருவரார்
நுண்ணியர்எம் காத லவர்.

1127. கண்ணுள்ளார் காத லவராகக் கண்ணும்
எழுதேம் கரப்பாக்(கு) அறிந்து.

1128. நெஞ்சத்தார் காத லவராக வெய்துண்டல்
அஞ்சுதும் வேபாக் கறிந்து.

1129. இமைப்பின் கரப்பாக்(கு) அறிவல் அனைத்திற்கே
ஏதிலர் என்னும்இவ் வூர்.

1130. உவந்துறைவர் உள்ளத்துள் என்றும் இகந்துறைவர்
ஏதிலர் என்னும்இவ் வூர்.

١١٤. ذهاب الحياء

١١٣١. ليس للمحب الذي يتألم من مرض الحب إلا أن يركب "مدال" - حصان النخل.

١١٣٢. ألم الفراق لا يصبر عليه الجسم ولا الروح ولا يصونهما إلا "مدال".

١١٣٣. الحياء والشجاعة كانتا صفاتي؛ واليوم لا أملك إلا "مدال" الذي يركبه الحبيب للاجتماع بحبيبته.

١١٣٤. القاربان: الحياء والشجاعة سالت بهما سيول الحب.

١١٣٥. هذه ذات السوارين الدقيقين أركبتني "مدال" وعذبتني في الليال.

١١٣٦. أرّقني حبها وذكر ركوب "مدال" حتى في منتصف الليل.

١١٣٧. ميزة الأنثى أنها لا تركب "مدال" ولو كان هيامها إلى حبيبها أشدّ.

١١٣٨. قد خرج غرامي عن طوره وتفشى جلياً وذهب عني حيائي وإشفاقي جراء ذلك.

١١٣٩. غرامي يمشي العرضنة بين الناس ظاناً أنهم لا يدرون حبي المكنون.

١١٤٠. السفهاء يضحكون عليّ لأنهم لم يألموا كما ألمت.

114. நாணுத் துறவுரைத்தல்

1131. காமம் உழந்து வருந்தினார்க்கு ஏமம்
மடலல்ல(து) இல்லை வலி.

1132. நோனா உடம்பும் உயிரும் மடலேறும்
நாணினை நீக்கி நிறுத்து.

1133. நாணொடு நல்லாண்மை பண்டுடையேன் இன்றுடையேன்
காமுற்றார் ஏறும் மடல்.

1134. காமக் கடும்புனல் உய்க்கும் நாணொடு
நல்லாண்மை என்னும் புணை.

1135. தொடலைக் குறுந்தொடி தந்தாள் மடலொடு
மாலை உழக்கும் துயர்.

1136. மடலூர்தல் யாமத்தும் உள்ளுவேன் மன்ற
படல்ஒல்லா பேதைக்கென் கண்.

1137. கடலன்ன காமம் உழந்தும் மடலேறாப்
பெண்ணின் பெருந்தக்க தில்.

1138. நிறையரியர் மன்அளியர் என்னாது காமம்
மறையிறந்து மன்று படும்.

1139. அறிகிலார் எல்லாரும் என்றேஎன் காமம்
மறுகின் மறுகும் மருண்டு.

1140. யாம்கண்ணின் காண நகுப அறிவில்லார்
யாம்பட்ட தாம்படா ஆறு.

١١٥. الإشاعات

١١٤١. شاع هيامي في الناس فنجوت من الانتحار؛
ومن حسن حظي ما لهم من علم بأسراري!

١١٤٢. بغير علمهم بمحاسن هذه الحسناء ذات العينين المشبهتين بالزهرة
أشاعوا أمرها فساعدوني في شأني.

١١٤٣. ألم تنفعني إشاعات أهل القرية؟
بل أسعدتني كأني اجتمعت بها.

١١٤٤. يشتد حبي لها بإذاعاتهم
ولولاها لهدأ.

١١٤٥. كلما ازداد القلق ازداد الشوق إلى الخمر
كذلك كلما ازدادت الإشاعة ازدادت متعة المحبين.

١١٤٦. ما جالسته إلا مرة ولكن المرجفين نشروا خبرها
كأنه خبر خسوف القمر.

١١٤٧. ينبت مرض الحب - سمّدته إشاعة الناس
وأسقته إحراجات الأم.

١١٤٨. إخماد حبي بالإشاعات
كإخماد النار بالسمن!

١١٤٩. إن كان خذلني من قال لي: لا تخافي
فلماذا أستحي من الإشاعات؟

١١٥٠. نشروا خبري مثلما أريد،
فالآن سيأخذني حبيبي معه.

115. அலர் அறிவுறுத்தல்

1141. அலரெழ ஆருயிர் நிற்கும் அதனைப்
பலரறியார் பாக்கியத் தால்.

1142. மலரன்ன கண்ணாள் அருமை அறியாது
அலரெமக்கு ஈந்ததிவ் வூர்.

1143. உறாஅதோ ஊரறிந்த கௌவை அதனைப்
பெறாஅது பெற்றன்ன நீர்த்து.

1144. கவ்வையால் கவ்விது காமம் அதுவின்றேல்
தவ்வென்னும் தன்மை இழந்து.

1145. களித்தொறும் கள்ளுண்டல் வேட்டற்றால் காமம்
வெளிப்படுந் தோறும் இனிது.

1146. கண்டது மன்னும் ஒருநாள் அலர்மன்னும்
திங்களைப் பாம்புகொண் டற்று.

1147. ஊரவர் கௌவை எருவாக அன்னைசொல்
நீராக நீளும்இந் நோய்.

1148. நெய்யால் எரிநுதுப்பேம் என்றற்றால் கௌவையால்
காமம் நுதுப்பேம் எனல்.

1149. அலர்நாண ஒல்வதோ அஞ்சலோம்பு என்றார்
பலர்நாண நீத்தக் கடை.

1150. தாம்வேண்டின் நல்குவர் காதலர் யாம்வேண்டும்
கௌவை எடுக்கும்இவ் வூர்.

١١٦. ألم الفراق

١١٥١. كلّمْني إن كنت لا تذهب عني؛ إذا أردت أن تذهب عني فكلمْ من سيكون حيا عند رجوعك.

١١٥٢. كانت نظرته تبعث السرور والآن معانقته تبعث الألم لأجل الفراق الذي سيتبعه.

١١٥٣. قد يتفق للمحب العاقل أن يفارق!، فصار الاتكال على قول المحب إنه لا يفارق صعباً.

١١٥٤. هل يسب أحد المرأة عوّلت على حبيبها قال لها: لا تخافي ثم خذلها؟

١١٥٥. إن كنت تريد أن تحفظ حياتي فامنع حبيبي من الفراق لأنه إن فارقني يستحيل الاجتماع به أبدا.

١١٥٦. إن قسا قلبه حتى أعلن فراقه عني فقد خابت آمالي ولا يعود إلي حبي.

١١٥٧. انسلت أساوري من ساعدي؛ إنها تشير إلى رحيل سيدي عني.

١١٥٨. السكن بين الغرباء مصيبة ومصيبة مفارقة الحبيب أعظم.

١١٥٩. تحرق النار من مسها؛ يحرق مرض حبها من ابتعد عنها.

١١٦٠. منهم من يتجرع ألم الفراق ويصبر عليه ولا يتأسف.

116. பிரிவாற்றாமை

1151. செல்லாமை உண்டேல் எனக்குரை மற்றுநின்
வல்வரவு வாழ்வார்க் குரை.

1152. இன்கண் உடைத்தவர் பார்வல் பிரிவஞ்சும்
புன்கண் உடைத்தால் புணர்வு.

1153. அரிதரோ தேற்றம் அறிவுடையார் கண்ணும்
பிரிவோ ரிடத்துண்மை யான்.

1154. அளித்தஞ்சல் என்றவர் நீப்பின் தெளித்தசொல்
தேறியார்க்கு உண்டோ தவறு.

1155. ஓம்பின் அமைந்தார் பிரிவோம்பல் மற்றவர்
நீங்கின் அரிதால் புணர்வு.

1156. பிரிவுரைக்கும் வன்கண்ணர் ஆயின் அரிதவர்
நல்குவர் என்னும் நசை.

1157. துறைவன் துறந்தமை தூற்றாகொல் முன்கை
இறைஇறவா நின்ற வளை.

1158. இன்னா(து) இனன்இல்ஊர் வாழ்தல் அதனினும்
இன்னா(து) இனியார்ப் பிரிவு.

1159. தொடிற்சுடின் அல்லது காமநோய் போல
விடிற்சுடல் ஆற்றுமோ தீ.

1160. அரிதாற்றி அல்லல்நோய் நீக்கிப் பிரிவாற்றிப்
பின்இருந்து வாழ்வார் பலர்.

١١٧. النحافة

١١٦١. كم حاولت أن أكتم مرض غرامي!
ولكنه يفور كما يفور الماء من ينبوعه!

١١٦٢. لا أستطيع أن أكتم مرض حبي
ولا أستطيع أن أخبر حبيبي به للحياء.

١١٦٣. الحياء والحب معلقان بجسمي النحيف
الذي لا يتحملهما.

١١٦٤. أرى البحر قد امتلئ حباً
ولا أجد قارباً أعبر به هذا البحر.

١١٦٥. من آذاني يوم كان صديقاً
فكيف به إذا صار عدواً.

١١٦٦. لذة الغرام واسعة كالبحر
وألمه أوسع من البحر.

١١٦٧. خضت بحر الهيام ولا أرى ساحله؛
حتى في جوف الليل أتجرع سم الوحشة.

١١٦٨. ليلتي هذه نوَمت كل شيء إلا إياي
فكأنما هي تؤانس وحشتي.

١١٦٩. هذه الليالي البطيئة غاية البطء
أقسى من حبيبي القاسي القلب الذي فارقني.

١١٧٠. لو تزور عيني دار الحبيب
كما تزوره أفكاري لا تخوض عيني سيل الدموع.

117. படர்மெலிந்திரங்கல்

1161. மறைப்பேன்மன் யானிஃதோ நோயை இறைப்பவர்க்கு
ஊற்றுநீர் போல மிகும்.

1162. கரத்தலும் ஆற்றேன்இந் நோயைநோய் செய்தார்க்கு
உரைத்தலும் நாணுத் தரும்.

1163. காமமும் நாணும் உயிர்காவாத் தூங்கும்என்
நோனா உடம்பின் அகத்து.

1164. காமக் கடல்மன்னும் உண்டே அதுநீந்தும்
ஏமப் புணைமன்னும் இல்.

1165. துப்பின் எவனாவர் மன்கொல் துயர்வரவு
நட்பினால் ஆற்று பவர்.

1166. இன்பம் கடல்மற்றுக் காமம் அஃதடுங்கால்
துன்பம் அதனிற் பெரிது.

1167. காமக் கடும்புனல் நீந்திக் கரைகாணேன்
யாமத்தும் யானே உளேன்.

1168. மன்னுயிர் எல்லாம் துயிற்றி அளித்திரா
என்னல்ல(து) இல்லை துணை.

1169. கொடியார் கொடுமையின் தாம்கொடிய விந்நாள்
நெடிய கழியும் இரா.

1170. உள்ளம்போன்(று) உள்வழிச் செல்கிற்பின் வெள்ளநீர்
நீந்தல மன்னோஎன் கண்.

١١٨. العيون الحزينة

١١٧١. أ تبكيان الآن يا عينيّ! فإنكما أنتما أريتماني حبيبي
الذي هو سبب مرض غرامي المستمر.

١١٧٢. رنت عيناي إلى حبيبي بدون التفكير في العاقبة
فلماذا لا تشعران بذنبهما فتتأذيان؟

١١٧٣. عيناي هرعتا إلى رؤية الحبيب شوقاً يومئذ؛
فاليوم هما تبكيان لأجله، أليس هذا بمضحك؟

١١٧٤. عيناي أورثتا مرض العشق الذي لا أستطيع أن أقاومه
ولكن الآن قد جفت دموعهما.

١١٧٥. اكستبت عيناي ألماً لا يطيقه البحر
فتسهران ولا تستطيعان الإغماض.

١١٧٦. إني لفرحان جدا!
لأن العينين التين أمرضتاني مرضتا أيضاً.

١١٧٧. لتذرفْ العيون حتى تجف دموعها
كما شبعت هي من رؤية حبيبها!

١١٧٨. لا تقر عيناها إلا بالنظر إلى من لم يحبها بقلبه
بل بكلامه.

١١٧٩. فلا تنام عيناي إن زارني حبيبي
وإن لم يزرْ، وعيناي بينهما لتتعبان.

١١٨٠. يكتشف أهل القرية أمر الحبيبة بكل سهولة
لأن عينيها تفشيان الأسرار كأنهما تضربان الطبل.

118. கண்விதுப்பழிதல்

1171. கண்தாம் கலுழ்வ தெவன்கொலோ தண்டாநோய்
தாம்காட்ட யாம்கண் டது.

1172. தெரிந்துணரா நோக்கிய உண்கண் பரிந்துணராப்
பைதல் உழப்பது எவன்.

1173. கதுமெனத் தாம்நோக்கித் தாமே கலுழும்
இதுநகத் தக்க துடைத்து.

1174. பெயலாற்றா நீருலந்த உண்கண் உயலாற்றா
உய்வில்நோய் என்கண் நிறுத்து.

1175. படலாற்றா பைதல் உழக்கும் கடலாற்றாக்
காமநோய் செய்தஎன் கண்.

1176. ஓஒ இனிதே எமக்கிந்நோய் செய்தகண்
தாஅம் இதற்பட் டது.

1177. உழந்துழந் துள்நீர் அறுக விழைந்திழைந்து
வேண்டி அவர்க்கண்ட கண்.

1178. பேணாது பெட்டார் உளர்மன்னோ மற்றவர்க்
காணா(து) அமைவில கண்.

1179. வாராக்கால் துஞ்சா வரின்துஞ்சா ஆயிடை
ஆரஞர் உற்றன கண்.

1180. மறைபெறல் ஊரார்க்(கு) அரிதன்றால் எம்போல்
அறைபறை கண்ணார் அகத்து.

١١٩. شحوب الجسم لفراق الحبيب

١١٨١. فارقت حبيبي عن عمدٍ فاصفر لوني،
فكيف أخبر حبيبي وأهلَ قريتي بشأني؟

١١٨٢. تعلو جلدي الصفرة افتخاراً
لأنها من آثار الحب الفاشل.

١١٨٣. الحياءُ والجمالُ عوضني حبيبي بهما
الشحوبَ ومرضَ الحب.

١١٨٤. أتذكر حبيبي وأثني عليه شيمه ولا يفارقه خيالي
فكيف أصابني هذا الشحوب؟

١١٨٥. انظر إلى حبيبي يتوارى عني
ثم انظر إلى لوني كيف يصفر!

١١٨٦. ينتظر الشحوب تسلل الحبيب
كما ينتظر الظلام إطفاء النور ليرخي سدوله.

١١٨٧. التفتُّ قليلاً بعد العناق
وسرعان ما علا جلدي الشحوبُ.

١١٨٨. يلومونني تغير لوني
ولا يلومون من فارق عني.

١١٨٩. فلْيَسُوْء لوني
إن كان من فارقني على الحق.

١١٩٠. ليعيبوني فساد لوني
ولا يعيبوا من فارق عني.

119. பசப்புறுபருவரல்

1181. நயந்தவர்க்கு நல்காமை நேர்ந்தேன் பசந்தவென்
பண்பியார்க்(கு) உரைக்கோ பிற.

1182. அவர்தந்தார் என்னும் தகையால் இவர்தந்தென்
மேனிமேல் ஊரும் பசப்பு.

1183. சாயலும் நாணும் அவர்கொண்டார் கைம்மாறா
நோயும் பசலையும் தந்து.

1184. உள்ளுவன் மன்யான் உரைப்ப(து) அவர்திறமால்
கள்ளம் பிறவோ பசப்பு.

1185. உவக்காண்எம் காதலர் செல்வார் இவக்காண்என்
மேனி பசப்பூர் வது.

1186. விளக்கற்றம் பார்க்கும் இருளேபோல் கொண்கன்
முயக்கற்றம் பார்க்கும் பசப்பு.

1187. புல்லிக் கிடந்தேன் புடைபெயர்ந்தேன் அவ்வளவில்
அள்ளிக்கொள் வற்றே பசப்பு.

1188. பசந்தாள் இவள்என்ப(து) அல்லால் இவளைத்
துறந்தார் அவர்என்பார் இல்.

1189. பசக்கமன் பட்டாங்கென் மேனி நயப்பித்தார்
நன்னிலையர் ஆவர் எனின்.

1190. பசப்பெனப் பேர்பெறுதல் நன்றே நயப்பித்தார்
நல்காமை தூற்றார் எனின்.

١٢٠. آلام الغربة

١١٩١. إذا أحب المحبوبُ من يحبه
فكأنما حصل المحب على فاكهة لذيذة لا نواة فيها.

١١٩٢. ما يقدم المحب لحبيبه
فهو مثل ما يقدم المطر للناس.

١١٩٣. الاستمتاع بالحياة لا يتفق
إلا للتي أحبها زوجها.

١١٩٤. اللوم للاتي لم يحبهن أزواجهن
وإن احترمهن المحترمون.

١١٩٥. كيف يسعدني من أحبُه
ولم يحبني!.

١١٩٦. الحب من طرفٍ أذية، إن كان من الطرفين
فهو راحة مثل الكفتين المتوازنتين على الكتفين.

١١٩٧. لماذا يبقى العشق فيّ دائماً
ولا يشعر بآلامي ولا أحزاني.

١١٩٨. المرأة التي تصطبر على حياة بدون سماع كلام حبيبها الحلو
هي أقسى الناس قلباً.

١١٩٩. إن كان قلب حبيبي لا يحمل حبي
فمن السعادة أن أسمع الكلام عنه.

١٢٠٠. يا قلبي طوبى لك! أ تشكو بثك إلى القلب المتحجر؟
لَملء بحر الحزن بالدموع أهون من ذلك.

120. தனிப்படர்மிகுதி

1191. தாம்வீழ்வார் தம்வீழப் பெற்றவர் பெற்றாரே
காமத்துக் காழில் கனி.

1192. வாழ்வார்க்கு வானம் பயந்தற்றால் வீழ்வார்க்கு
வீழ்வார் அளிக்கும் அளி.

1193. வீழுநர் வீழப் படுவார்க்(கு) அமையுமே
வாழுநம் என்னும் செருக்கு.

1194. வீழப் படுவார் கெழீஇயிலர் தாம்வீழ்வார்
வீழப் படாஅர் எனின்.

1195. நாம்காதல் கொண்டார் நமக்கெவன் செய்பவோ
தாம்காதல் கொள்ளாக் கடை.

1196. ஒருதலையான் இன்னாது காமம்காப் போல
இருதலை யானும் இனிது.

1197. பருவரலும் பைதலும் காணான்கொல் காமன்
ஒருவர்கண் நின்றொழுகு வான்.

1198. வீழ்வாரின் இன்சொல் பெறாஅ(து) உலகத்து
வாழ்வாரின் வன்கணார் இல்.

1199. நசைஇயார் நல்கார் எனினும் அவர்மாட்(டு)
இசையும் இனிய செவிக்கு.

1200. உறாஅர்க்(கு) உறுநோய் உரைப்பாய் கடலைச்
செறாஅஅய் வாழிய நெஞ்சு.

١٢١. ذكريات الحب الحزينة

١٢٠١. بمجرد التذكر في الحب يحلو القلب؛
إذن الحب أحلى من السلاف.

١٢٠٢. ذكر الحبيب يُجلِي الأحزان
فالحب حلو دائماً.

١٢٠٣. أتاني العطس وتوقف،
كأن حبيبي ادّكرني وغفل.

١٢٠٤. قد سكن في قلبي حبيبي
فهل سكنت أنا في قلبه؟

١٢٠٥. من حرس قلبه من حبي
أفلا يستحي أن يتوغل قلبي!

١٢٠٦. تبقى روحي في جسمي
بذكر أيام السعادة مع الحبيب وإلا فمتُّ.

١٢٠٧. ذكر فراق الحبيب يحرق روحي
فكيف أحيى إذا نسيتُه فعلاً؟

١٢٠٨. مهما بالغتُ في ذكر الحبيب فلا يكرهني،
أليس هذا إعانته لي؟

١٢٠٩. لقد أضاع حياتي من كان يردد دائماً
"نحن قلب واحد".

١٢١٠. أيها القمر! كن معي في بحثي عن حبيبي
ولا تغب عني.

121. நினைந்தவர் புலம்பல்

1201. உள்ளினும் தீராப் பெருமகிழ் செய்தலால்
கள்ளினும் காமம் இனிது.

1202. எனைத்தொன்(று) இனிதேகாண் காமம்தாம் வீழ்வார்
நினைப்ப வருவதொன்று இல்.

1203. நினைப்பவர் போன்று நினையார்கொல் தும்மல்
சினைப்பது போன்று கெடும்.

1204. யாமும் உளேங்கொல் அவர்நெஞ்சத்(து) எம்நெஞ்சத்(து)
ஓஒ உளரே அவர்.

1205. தம்நெஞ்சத்(து) எம்மைக் கடிகொண்டார் நாணார்கொல்
எம்நெஞ்சத்(து) ஓவா வரல்.

1206. மற்றியான் என்னுளேன் மன்னோ அவரொடுயான்
உற்றநாள் உள்ள உளேன்.

1207. மறப்பின் எவனாவன் மற்கொல் மறப்பறியேன்
உள்ளினும் உள்ளம் சுடும்.

1208. எனைத்து நினைப்பினும் காயார் அனைத்தன்றோ
காதலர் செய்யும் சிறப்பு.

1209. விளியுமென் இன்னுயிர் வேறல்லம் என்பார்
அளியின்மை ஆற்ற நினைந்து.

1210. விடாஅது சென்றாரைக் கண்ணினால் காணப்
படாஅதி வாழி மதி.

١٢٢. أحلام الحبيبة

١٢١١. كيف أحتفل حفلاً للحلم
الذي حمل إليّ رسالة الحبيب!

١٢١٢. إذا نامت عيناي ورأيت حبيبي في المنام
حدثته عن حقيقة بقائي.

١٢١٣. تحيى روحي بزيارة الحبيب
الذي لا يزورني إلا في الأحلام.

١٢١٤. الأحلام تشرفني بزيارة الحبيب
لأنه لا يزورني في اليقظة.

١٢١٥. كنت أراه في اليقظة فيبتهج القلب
والآن لا يبتهج إلا في المنام.

١٢١٦. لا يفرق بيني وبين حبيبي
إلا الاستيقاظ.

١٢١٧. حبيبي المعذِب لا يزورني في اليقظة بل يعذبني في المنام
فلماذا هذا الصنيع؟

١٢١٨. حبيبي يبيت معانقاً إذا نمتُ
وإذا استيقظت تسرّع إلى قلبي.

١٢١٩. المرأة التي لم تزر حبيبها في الأحلام
تشتكي إليه في اليقظة.

١٢٢٠. أهل قريتي يتهمون الحبيب بالفراق
ألم يروه يزورني في أحلامي؟

122. கனவுநிலையுரைத்தல்

1211. காதலர் தூதொடு வந்த கனவினுக்கு
      யாதுசெய் வேன்கொல் விருந்து.

1212. கயலுண்கண் யானிரப்பத் துஞ்சின் கலந்தார்க்(கு)
      உயலுண்மை சாற்றுவேன் மன்.

1213. நனவினால் நல்கா தவரைக் கனவினால்
      காண்டலின் உண்டென் உயிர்.

1214. கனவினான் உண்டாகும் காமம் நனவினான்
      நல்காரை நாடித் தரற்கு.

1215. நனவினால் கண்டதூஉம் ஆங்கே கனவுந்தான்
      கண்ட பொழுதே இனிது.

1216. நனவென ஒன்றில்லை ஆயின் கனவினால்
      காதலர் நீங்கலர் மன்.

1217. நனவினால் நல்காக் கொடியார் கனவினால்
      என்எம்மைப் பீழிப் பது.

1218. துஞ்சுங்கால் தோள்மேலர் ஆகி விழிக்குங்கால்
      நெஞ்சத்தர் ஆவர் விரைந்து.

1219. நனவினால் நல்காரை நோவர் கனவினால்
      காதலர்க் காணா தவர்.

1220. நனவினால் நம்நீத்தார் என்பர் கனவினால்
      காணார்கொல் இவ்வூ ரவர்.

١٢٣. الأحزان المسائية

١٢٢١. المساء أسوأ زمان
يقبل ليهجم الحبيبة المفارقة زوجها.

١٢٢٢. أيها المساء الولِه! تحزن وتتألم مثلي،
أحبيبك قاسي القلب مثل حبيبي؟

١٢٢٣. المساء الذي كان يغشاني بالهدوء
والآن يسرع إلي ويزيدني حزناً وكُرهاً.

١٢٢٤. إذا غاب الحبيب وأقبل المساء
فكأن المساء جزار يمشي إلى المجزرة.

١٢٢٥. لا أدري أيَّ حسنة قدمتُها إلى الصباح
ولم أقدمها إلى المساء؟

١٢٢٦. ما عرفت إيذاءات هذا المساء
إلا بعد فراق الحبيب.

١٢٢٧. هذا المرض يبدأ كالبرعم في الصباح
ثم يصير كالزهرة ثم يتألق ويزدهر في المساء.

١٢٢٨. مزمار الراعي العذب عند المساء أصبح يحرقني
قد صار سلاحاً فتاكاً.

١٢٢٩. إذا جاء المساء الذي يسكر العقول
فستقع قريتي في سكرة كما وقعتُ فيها.

١٢٣٠. الحبيب الذي فارقني لأجل كسب المعيشة لم يرجع إلي،
إذا تذكرته مساء فكأن الروح تخرج من جسمي.

123. பொழுது கண்டிரங்கல்

1221. மாலையோ அல்லை மணந்தார் உயிருண்ணும்
வேலைநீ வாழி பொழுது.

1222. புன்கண்ணை வாழி மருள்மாலை எம்கேள்போல்
வன்கண்ண தோநின் துணை.

1223. பனிஅரும்பிப் பைதல்கொள் மாலை துனிஅரும்பித்
துன்பம் வளர வரும்.

1224. காதலர் இல்வழி மாலை கொலைக்களத்து
ஏதிலர் போல வரும்.

1225. காலைக்குச் செய்தநன்று என்கொல் எவன்கொல்யான்
மாலைக்குச் செய்த பகை.

1226. மாலைநோய் செய்தல் மணந்தார் அகலாத
காலை அறிந்த திலேன்.

1227. காலை அரும்பிப் பகலெல்லாம் போதாகி
மாலை மலரும்இந் நோய்.

1228. அழல்போலும் மாலைக்குத் தூதாகி ஆயன்
குழல்போலும் கொல்லும் படை.

1229. பதிமருண்டு பைதல் உழக்கும் மதிமருண்டு
மாலை படர்தரும் போழ்து.

1230. பொருள்மாலை யாளரை உள்ளி மருள்மாலை
மாயும்என் மாயா உயிர்.

١٢٤. افتقاد جمال أعضاء الجسم

١٢٣١. ذكر الحبيب الذي سافر عني إلى البلد النائي أبكاني
حتى ذهب رونق عينيّ وأصبحتا لا تنظران إلى الأزهار حياءً.

١٢٣٢. عينا الحبيبة اللتان تغير لونهما وتسكبان دموعاً
كأنهما تشتكيان إلى أهل القرية بقسوة قلب الحبيب.

١٢٣٣. كانت عواتقها مليئة اللحم يوم زفافها
والآن أصبحت نحيفة تصرخ على الفراق.

١٢٣٤. ذراعها التي أضاعت جمالها لفراق الحبيب
والآن نحفت حتى انسلت منها الأسورة.

١٢٣٥. نحف الأذرع والعواتق وفقدان سعادة الزمن الماضي
كلها يعلن قسوة قلب الحبيب.

١٢٣٦. إنه ليحزنني شتم الناس حبيبي
لأجل انسلال أساوري من أذرعتي النحيفة.

١٢٣٧. يا قلبي! هل تستطيع أن تخبر قاسي القلب
بما أحدث نحف أذرعتي من الضوضاء وتُمدح على ذلك؟

١٢٣٨. لما حللت ضمي لحبيبتي قليلاً
اصفر جبينها سريعا.

١٢٣٩. قد عانقتها، ولما توغلت الهواء بيني وبينها
تقلصت عيناها تكسبان دموعا حزناً.

١٢٤٠. عندما رأت عيناها شحوب جبينها اللامع
احمرت وتغيرت.

124. உறுப்புநலனழிதல்

1231. சிறுமை நமக்கொழியச் சேட்சென்றார் உள்ளி
நறுமலர் நாணின கண்.

1232. நயந்தவர் நல்காமை சொல்லுவ போலும்
பசந்து பனிவாரும் கண்.

1233. தணந்தமை சால அறிவிப்ப போலும்
மணந்தநாள் வீங்கிய தோள்.

1234. பணைநீங்கிப் பைந்தொடி சோரும் துணைநீங்கித்
தொல்கவின் வாடிய தோள்.

1235. கொடியார் கொடுமை உரைக்கும் தொடியொடு
தொல்கவின் வாடிய தோள்.

1236. தொடியொடு தோள்நெகிழ நோவல் அவரைக்
கொடியர் எனக்கூறல் நொந்து.

1237. பாடு பெறுதியோ நெஞ்சே கொடியார்க்கென்
வாடுதோட் பூசல் உரைத்து.

1238. முயங்கிய கைகளை ஊக்கப் பசந்தது
பைந்தொடிப் பேதை நுதல்.

1239. முயக்கிடைத் தண்வளி போழப் பசப்புற்ற
பேதை பெருமழைக் கண்.

1240. கண்ணின் பசப்போ பருவரல் எய்தின்றே
ஒண்ணுதல் செய்தது கண்டு.

١٢٥. كلام المحبوبة النفسي

١٢٤١. يا قلبي! ألا تبحث لي
عن دواء يشفي مرضي المزمن!

١٢٤٢. يا قلبي طوبى لك! من الحماقة أن تحب الحبيب
وهو لا يحبك وأن تحزن على فراقك.

١٢٤٣. يا قلبي! لماذا تصحبني في حزنك على الحبيب الذي يعذبني
ولا يحبني ولا يفكر في أمري.

١٢٤٤. يا فؤادي! إذا سرحت إلى حبيبي فخذ عينيّ معك
لأنهما تجزعان لرؤيته وإلا هما ستقتلاني.

١٢٤٥. يا قلبي! هل أستطيع أن أهجره لأنه يكرهني ولا يحبني؟
وأنا ما زلت أحبه.

١٢٤٦. يا خَلدي! إذا رجع إليك حبيبك مرة أخرى تبذل له حبك
وتعانقه وتتغاضب أمامه.

١٢٤٧. يا قلبي! إما أن تترك غرامك وإما أن تترك حيائك،
لا أستطيع التوفيق بينهما.

١٢٤٨. يا رُوعي! إنك لأبلهُ،
تجري وراء الحبيب الذي فارقك.

١٢٤٩. يا خَلدي! فيك يسكن حبيبك
فأنى تبحث عنه؟

١٢٥٠. إذا أبقيت الذي هجرني في قلبي
فسيفسد جمالي الباطن.

125. நெஞ்சொடு கிளத்தல்

1241. நினைத்தொன்று சொல்லாயோ நெஞ்சே எனைத்தொன்றும்
எவ்வநோய் தீர்க்கும் மருந்து.

1242. காதல் அவரிலர் ஆகநீ நோவது
பேதைமை வாழியென் நெஞ்சு.

1243. இருந்துள்ளி என்பரிதல் நெஞ்சே பரிந்துள்ளல்
பைதல்நோய் செய்தார்கண் இல்.

1244. கண்ணும் கொளச்சேறி நெஞ்சே இவையென்னைத்
தின்னும் அவர்க்காணல் உற்று.

1245. செற்றார் எனக்கை விடல்உண்டோ நெஞ்சேயாம்
உற்றால் உறாஅ தவர்.

1246. கலந்துணர்த்தும் காதலர்க் கண்டாற் புலந்துணராய்
பொய்க்காய்வு காய்திஎன் நெஞ்சு.

1247. காமம் விடுஒன்றோ நாண்விடு நன்னெஞ்சே
யானோ பொறேன்இவ் விரண்டு.

1248. பரிந்தவர் நல்காரென்(று) ஏங்கிப் பிரிந்தவர்
பின்செல்வாய் பேதைஎன் நெஞ்சு.

1249. உள்ளத்தார் காத லவராக உள்ளிநீ
யாருழைச் சேறியென் நெஞ்சு.

1250. துன்னாத் துறந்தாரை நெஞ்சத்(து) உடையேமா
இன்னும் இழத்தும் கவின்.

١٢٦ . فقدان النفس ضبطها

١٢٥١. باب العصمة الذي أُغلق بالحياء
يكسره فأس الغرام.

١٢٥٢. الحب الذي لا رحمة فيه يعذبني
حتى في جنبات الليل المظلمة.

١٢٥٣. أريد أن أكتم عاطفي ولكنه يتفجر
كما يتفجر العطاس فجأةً.

١٢٥٤. كنت أحسب أني أضبط نفسي
ولكن عاطفتي الجياشة تفجرت على الأشهاد.

١٢٥٥. عزة النفس التي تمنع زيارة الحبيب المستنفر
لا يجد العاشق إليها سبيلا.

١٢٥٦. ما أدري أي شيء هذا الغرام،
يريد أن يجري وراء الحبيب المستنفر مني!

١٢٥٧. الحبيب الذاهب إذا رجع وأشبَعَ هواي بالحب
أنسى كل شيء حتى الحياء.

١٢٥٨. صرح أنوثتي
تهدمه حلاوة كلام الحبيب الفنان.

١٢٥٩. عبست في وجهه لأني كرهته ومضيت هناك؛
ولكن نفسي جذبت إليه جذبة فعانقته.

١٢٦٠. الشحم لا يقاوم إذا أُسقِط في النار فيذوب
وكذلك النساء لا يقاومن احتضان الحبيبَ فيستسلِمْنَ له.

126. நிறையழிதல்

1251. காமக் கணிச்சி உடைக்கும் நிறையென்னும்
நாணுத்தாழ் வீழ்த்த கதவு.

1252. காமம் எனவொன்றோ கண்ணின்றென் நெஞ்சத்தை
யாமத்தும் ஆளும் தொழில்.

1253. மறைப்பேன்மன் காமத்தை யானோ குறிப்பின்றித்
தும்மல்போல் தோன்றி விடும்.

1254. நிறையுடையேன் என்பேன்மன் யானோஎன் காமம்
மறையிறந்து மன்று படும்.

1255. செற்றார்பின் செல்லாப் பெருந்தகைமை காமநோய்
உற்றார் அறிவதொன்று அன்று.

1256. செற்றவர் பின்சேறல் வேண்டி அளித்தரோ
எற்றென்னை உற்ற துயர்.

1257. நாணென ஒன்றோ அறியலம் காமத்தால்
பேணியார் பெட்ப செயின்.

1258. பன்மாயக் கள்வன் பணிமொழி அன்றோநம்
பெண்மை உடைக்கும் படை.

1259. புலப்பல் எனச்சென்றேன் புல்லினேன் நெஞ்சம்
கலத்தல் உறுவது கண்டு.

1260. நிணந்தீயில் இட்டன்ன நெஞ்சினார்க்கு உண்டோ
புணர்ந்தூடி நிற்பேம் எனல்.

١٢٧. التوق إلى الحبيب

١٢٦١. ابيضت عيناي لكثرة انتظاري الحبيبَ
وأبليت أصابعي لكثرة عدِّ الأيام المبتقية.

١٢٦٢. يا صديقتي! إذا نسيتُ حبيبي
فيفسد جمالي وتنسل أسورتي من يدي النحيلة.

١٢٦٣. شجع الحبيب على الخروج حبه للفوز في المعركة،
وما أعيش إلا لانتظار رجوعه.

١٢٦٤. عندما علمت قدوم حبيبي صعد قلبي قمم الأشجار
ليستطلع الأخبار.

١٢٦٥. لأنظرْ إلى حبيب قلبي،
إذا نظرت إليه يذهب عني شحوب منكبي.

١٢٦٦. إن زارني حبيبي ثم اجتمع بي
فقد تشافيتُ تماماً.

١٢٦٧. إذا رجع حبيبي قرة عيني فهل أضمه؟
أم أبتعد عنه؟ أم أفعلهما معاً؟

١٢٦٨. ليقاتل الملك ويفزْ فإني سألحق بزوجتي
وأقيم الوليمة في المساء.

١٢٦٩. من انتظرت حبيبها الذي نأى في البلاد
فيوم عندها يساوي سبعة أيام.

١٢٧٠. ماذا عسى أستفيد منه إذا مات قلبي كمداً!
هل استقبلني أم سيستقبلني أم يضمني؟

127. அவர்வயின் விதும்பல்

1261. வாளற்றுப் புற்கென்ற கண்ணும் அவர்சென்ற
நாளொற்றித் தேய்ந்த விரல்.

1262. இலங்கிழாய் இன்று மறப்பின்என் தோள்மேல்
கலங்கழியும் காரிகை நீத்து.

1263. உரன்நசைஇ உள்ளம் துணையாகச் சென்றார்
வரல்நசைஇ இன்னும் உளேன்.

1264. கூடிய காமம் பிரிந்தார் வரவுள்ளிக்
கோடுகொ டேறுமென் நெஞ்சு.

1265. காண்கமன் கொண்கனைக் கண்ணாரக் கண்டபின்
நீங்கும்என் மென்தோள் பசப்பு.

1266. வருகமன் கொண்கன் ஒருநாள் பருகுவன்
பைதல்நோய் எல்லாம் கெட.

1267. புலப்பேன்கொல் புல்லுவேன் கொல்லோ கலப்பேன்கொல்
கண்அன்ன கேளிர் வரின்.

1268. வினைகலந்து வென்றீக வேந்தன் மனைகலந்து
மாலை அயர்கம் விருந்து.

1269. ஒருநாள் எழுநாள்போல் செல்லும்சேண் சென்றார்
வருநாள்வைத்(து) ஏங்கு பவர்க்கு.

1270. பெறின்என்னாம் பெற்றக்கால் என்னாம்
உறினென்னாம் உள்ளம் உடைந்துக்கக் கால்.

١٢٨. إفشاء الغرام

١٢٧١. هناك شيء تخبرني به عيناك ولو أخفاه صدرك.

١٢٧٢. حبيبتي التي عيونها مليئة بالجمال وليونة أذرعتها كقصب البردي بلهاء.

١٢٧٣. خيط العقد يُرى من الخزرات المبلورة كذلك يرى جمالها من ظاهر جسمها.

١٢٧٤. بسماتها تضمر خصيصة كما تضمر البراعم أريجها.

١٢٧٥. في إشارة حبيبتي الخفيةِ دواء لمصيبتي الشديدة.

١٢٧٦. حبي الشديد للحبيب يزيدني عذابا ويذكرني قلة حبه وفراقه السابق.

١٢٧٧. أساوري بيدي عرفت مفارقة الحبيب الذي هو زعيم السواهل الباردة، قبل معرفتي بفراقه.

١٢٧٨. ما غادر الحبيب إلا بأمس ولكن لوني بدأ يتغير منذ سبعة أيام.

١٢٧٩. بدأت تنظر إلى يديها وكتفها وأقدامها كأنها تريد أن تصحبني.

١٢٨٠. يقال: إعلان الحبيبة بمرض غرامها بعينيها واستشفائها يزيدها أنوثةً.

128. குறிப்பறிவுறுத்தல்

1271. கரப்பினுங் கையிகந் தொல்லாநின் உண்கண்
உரைக்கல் உறுவதொன் றுண்டு.

1272. கண்ணிறைந்த காரிகைக் காம்பேர்தோட் பேதைக்குப்
பெண்நிறைந்த நீர்மை பெரிது.

1273. மணியில் திகழ்தரு நூல்போல் மடந்தை
அணியில் திகழ்வதொன்று உண்டு.

1274. முகைமொக்குள் உள்ளது நாற்றம்போல் பேதை
நகைமொக்குள் உள்ளதொன் றுண்டு.

1275. செறிதொடி செய்திறந்த கள்ளம் உறுதுயர்
தீர்க்கும் மருந்தொன்(று) உடைத்து.

1276. பெரிதாற்றிப் பெட்பக் கலத்தல் அரிதாற்றி
அன்பின்மை சூழ்வ துடைத்து.

1277. தண்ணந் துறைவன் தணந்தமை நம்மினும்
முன்னம் உணர்ந்த வளை.

1278. நெருநற்றுச் சென்றார்எம் காதலர் யாமும்
எழுநாளேம் மேனி பசந்து.

1279. தொடிநோக்கி மென்தோளும் நோக்கி அடிநோக்கி
அஃதாண் டவள்செய் தது.

1280. பெண்ணினால் பெண்மை உடைத்தென்ப
கண்ணினால் காமநோய் சொல்லி இரவு.

١٢٩. جزع اللقاء

١٢٨١. تطرب النفس لذكر الغرام ولرؤية المحبوب
ولكن للسلاف عند شربه فقط.

١٢٨٢. إذا بلغ الغرام أعالي الأشجار
فلا شجارَ ولو بقليل.

١٢٨٣. لو فعل الحبيب ما يعجبه ويكرهني
لا تشبع أنظاري من رؤيته.

١٢٨٤. يا حميمتي! أردت أن أبتعد عن الحبيب
ولكن قلبي نسي ذلك وما أراد إلا اللحوق به.

١٢٨٥. إن العين لا ترى الملمول عند الإكتحال
وكذلك أنا لا أرى عيوب الحبيب عند اللقاء بعد الفراق.

١٢٨٦. إذا رأيت حبيبي فلا أرى العيوب
وإن لم أره فلا أرى إلا العيوب.

١٢٨٧. مثل المرأة التي أفرطت في إغضابها حبيبها
كمن قفز في السيل الجارف.

١٢٨٨. يا للخدع! ذراعاك مثل الخمر
لا يتركه مدمنه مع علمه بآثامه وفضائحه.

١٢٨٩. الحب أرق من الزهرة
لا يعرفه ولا يتنعم به إلا الأقلاء.

١٢٩٠. لما رأتني غضبت واحمرت عيناها
دنوتُ منها اعتنقتني بشدة.

129. புணர்ச்சி விதும்பல்

1281. உள்ளக் களித்தலும் காண மகிழ்தலும்
கள்ளுக்கில் காமத்திற் குண்டு.

1282. தினைத்துணையும் ஊடாமை வேண்டும் பனைத்துணையும்
காமம் நிறைய வரின்.

1283. பேணாது பெட்பவே செய்யினும் கொண்கனைக்
காணா தமையல கண்.

1284. ஊடற்கண் சென்றேன்மன் தோழி அதுமறந்து
கூடற்கண் சென்றதுஎன் நெஞ்சு.

1285. எழுதுங்கால் கோல்காணாக் கண்ணேபோல் கொண்கன்
பழிகாணேன் கண்ட இடத்து.

1286. காணுங்கால் காணேன் தவறாய காணாக்கால்
காணேன் தவறல் லவை.

1287. உய்த்தல் அறிந்து புனல்பாய் பவரேபோல்
பொய்த்தல் அறிந்தென் புலந்து.

1288. இளித்தக்க இன்னா செயினும் களித்தார்க்குக்
கள்ளற்றே கள்வநின் மார்பு.

1289. மலரினும் மெல்லிது காமம் சிலர்அதன்
செவ்வி தலைப்படு வார்.

1290. கண்ணின் துனித்தே கலங்கினாள் புல்லுதல்
என்னினும் தான்விதுப் புற்று.

١٣٠. الشكاية إلى القلب

١٢٩١. إن قلبه لَميال إليه دائماً
يا قلبي! لماذا لا تميل إليّ أبداً؟

١٢٩٢. يا فؤادي! إنك تقبل عليه
وهو لا يحبك ظناً منك أنه لا يرفضك.

١٢٩٣. يا رُوعي! تجري جرائه.
أتظن أنه ليس للمظلوم نصير؟

١٢٩٤. يا قلبي! لاتبتعد عن الحبيب ثم تخالطه مباشرة،
إن كنت فعلتَ ذلك من الذي يصغي إليك؟

١٢٩٥. إن حصّلتُ الحبيب أخاف فراقه
وإن لم أحصله أخاف عدم لقائه، هذا القلق يغشى قلبي حزناً.

١٢٩٦. يأكل كبدي ذكر جرائم الحبيب
في ظهر الغيب.

١٢٩٧. نسي قلبي آلام فراق الحبيب
لجنون حبه الذي لا تنساه أبداً.

١٢٩٨. قلبي الذي يحب الحياة لا يفكر إلا في محاسن الحبيب
ويظن أن تعييبه تحقيرُه.

١٢٩٩. أكبر معين للمرء عند المآزق قلبه،
فإن لم يعنْ القلب فمن سيعين؟

١٣٠٠. أقرب شيء للمرء قلبه
فإن تباعد فبعد الغريب أهون.

130. நெஞ்சொடு புலத்தல்

1291. அவர்நெஞ்(சு) அவர்க்காதல் கண்டும் எவன்நெஞ்சே
நீஎமக்கு ஆகா தது.

1292. உறாஅ தவர்க்கண்ட கண்ணும் அவரைச்
செறாஅரெனச் சேறியென் நெஞ்சு.

1293. கெட்டார்க்கு நட்டார்இல் என்பதோ நெஞ்சேநீ
பெட்டாங்(கு) அவர்பின் செலல்.

1294. இனிஅன்ன நின்னொடு சூழ்வார்யார் நெஞ்சே
துனிசெய்து துவ்வாய்காண் மற்று.

1295. பெறாஅமை அஞ்சும் பெறின்பிரிவு அஞ்சும்
அறாஅ இடும்பைத்தென் நெஞ்சு.

1296. தனியே இருந்து நினைத்தக்கால் என்னைத்
தினிய இருந்ததென் நெஞ்சு.

1297. நாணும் மறந்தேன் அவர்மறக் கல்லாஎன்
மாணா மடநெஞ்சிற் பட்டு.

1298. எள்ளின் இளிவாம்என்(று) எண்ணி அவர்திறம்
உள்ளும் உயிர்க்காதல் நெஞ்சு.

1299. துன்பத்திற்(கு) யாரே துணையாவார் தாமுடைய
நெஞ்சந் துணையல் வழி.

1300. தஞ்சம் தமரல்லர் ஏதிலார் தாமுடைய
நெஞ்சம் தமரல் வழி.

١٣١. المشاجرة

١٣٠١. ابتعدي عنه ولا تعانقيه،
لننظرْ كيف يتعذب!

١٣٠٢. الابتعاد القليل بعد المعانقة كالملح في الطعام
وزيادته كزيادة الملح فيه.

١٣٠٣. عدم استرضاء الغضبى
وعدم معانقتِها تعذيب أيٌّ تعذيب!

١٣٠٤. عدم استعطاف الغضبى
مثل قطع الشجرة من أصلها.

١٣٠٥. إرضاء المرأة كثيرة الغضب الكاذب
وجميلة العينين زينة للرجال ذوي الأخلاق.

١٣٠٦. الحب بغير النفور مثل ثمرة فقد نضجت وفسدت
الحب بغير النزاع القليل مثل ثمرة لم تنضج؛ لا حلو فيها.

١٣٠٧. تواصل عدم رضاها يشكك
هل يطول الاجتماع بها أم لا!

١٣٠٨. ما فائدة معاناتي
بينما لا أجد من يشعر بمعاناتي؟

١٣٠٩. يحلو الماء في الظلال
وكذلك الشجار الكاذب يحلو في الغرام.

١٣١٠. إن كانت حبيبته لا تواسيه
يهوى إلى الالتقاء بها رغبة فيها.

131. புலவி

1301. புல்லா திராஅப் புலத்தை அவர்உறும்
அல்லல்நோய் காண்கம் சிறிது.

1302. உப்பமைந் தற்றால் புலவி அதுசிறிது
மிக்கற்றால் நீள விடல்.

1303. அலந்தாரை அல்லல்நோய் செய்தற்றால் தம்மைப்
புலந்தாரைப் புல்லா விடல்.

1304. ஊடி யவரை உணராமை வாடிய
வள்ளி முதலரிந் தற்று.

1305. நலத்தகை நல்லவர்க்கு ஏஎர் புலத்தகை
பூஅன்ன கண்ணார் அகத்து.

1306. துனியும் புலவியும் இல்லாயின் காமம்
கனியும் கருக்காயும் அற்று.

1307. ஊடலின் உண்டாங்கோர் துன்பம் புணர்வது
நீடுவ தன்றுகொல் என்று.

1308. நோதல் எவன்மற்று நொந்தாரென்(று) அஃதறியும்
காதலர் இல்லா வழி.

1309. நீரும் நிழலது இனிதே புலவியும்
வீழுநர் கண்ணே இனிது.

1310. ஊடல் உணங்க விடுவாரோ(டு) என்நெஞ்சம்
கூடுவேம் என்பது அவா.

١٣٢. دقائق المشاجرة

١٣١١. النساء يستمتعن من جمالك دوماً
فلا أريد إذن أن أعانقك.

١٣١٢. كنت غضبى على الحبيب يوماً،
فتعاطس ظانا بأنني أشمّته.

١٣١٣. إذا تكلل إكليل الأزهار النادر غضبت علي
وتقول تلبس هذا لتجلب الفتيات.

١٣١٤. يوماً قلت لها: أنتِ أحب النساء إلي! فغضبت قائلةً:
هل تعرف النساء غيري؟ هل تعرف النساء غيري؟

١٣١٥. قلت لها: لا أفارقك في الدنيا!
فدمعت عيناها مخافةً من المفارقة في الولادة الأخرى.

١٣١٦. قلت لها: فكرت فيك حيناً، رفضتني
وانسلخت مني قائلةً: إذن تنساني أحياناً.

١٣١٧. عطستُ فشمّتتني،
لكنها سرعان ما بكت قائلةً: من تذكرتْك؟

١٣١٨. لما كظمت عطاسي بكت قائلةً:
لعلك تحاول أن تكتم تذكّرَ حبيبتك.

١٣١٩. إذا حاولت أن أتملقها،
تقول غضباً: لعلك تتملق غيري هكذا.

١٣٢٠. إذا رنوت إليها متخيلاً جمالها تقول وهي غضبى:
تفكر فيمن وأنت ترنو إليّ.

132. புலவி நுணுக்கம்

1311. பெண்ணியலார் எல்லாரும் கண்ணின் பொதுஉண்பர்
நண்ணேன் பரத்தநின் மார்பு.

1312. ஊடி இருந்தேமாத் தும்மினார் யாம்தம்மை
நீடுவாழ் கென்பாக் கறிந்து.

1313. கோட்டுப்பூச் சூடினும் காயும் ஒருத்தியைக்
காட்டிய சூடினீர் என்று.

1314. யாரினும் காதலம் என்றேனா ஊடினாள்
யாரினும் யாரினும் என்று.

1315. இம்மைப் பிறப்பில் பிரியலம் என்றேனாக்
கண்நிறை நீர்கொண் டனள்.

1316. உள்ளினேன் என்றேன்மற் றென்மறந்தீர் என்றென்னைப்
புல்லாள் புலத்தக் கனள்.

1317. வழுத்தினாள் தும்மினேன் ஆக அழித்தழுதாள்
யாருள்ளித் தும்மினீர் என்று.

1318. தும்முச் செறுப்ப அழுதாள் நுமர்உள்ளல்
எம்மை மறைத்திரோ என்று.

1319. தன்னை உணர்த்தினும் காயும் பிறர்க்கும்நீர்
இந்நீரர் ஆகுதிர் என்று.

1320. நினைத்திருந்து நோக்கினும் காயும் அனைத்துநீர்
யாருள்ளி நோக்கினீர் என்று.

١٣٣. الفرح في المشاجرة

١٣٢١. لا عيب فيه، على الرغم منه فإنها تتغاضب لتثير الحبيب.

١٣٢٢. التغاضب القليل يؤذيها مؤقتاً ولكن يخلف لذة كثيرة وعزة وكرامة.

١٣٢٣. أختلط مع الحبيب مثلما يختلط الماء بالتراب وأتغاضب معه لأجد اللذة التي لا يجدها حتى أهل السماء.

١٣٢٤. في الضم الشديد الذي جاء نتيجة الغضب الكاذب سلاح هز كياني.

١٣٢٥. فلا عيب فيه، إن في التغاضب الذي يبعده عن ذراعي الحبيبة مؤقتاً لذة لا تساويها لذة.

١٣٢٦. هضم الطعام أمتع من إكثار المأكول وكذلك الغضب الكاذب في الغرام ألذ من الضم.

١٣٢٧. الفوز حقاً لمن انهزم مع غضبها الكاذب، يدل عليه الحب الذي يتبع الغضب الكاذب.

١٣٢٨. هل أجد لذة التغاضب معها التي هي ألذ من الضم الذي فصد الجبين عرقاً؟

١٣٢٩. ليطلْ غضبها الكاذب معي ولتطل الليلة حتى أتمكن منها!

١٣٣٠. الغضب الكاذب لذة الهوى، والضم بعده ألذ منه.

133. ஊடலுவகை

1321. இல்லை தவறவர்க்கு ஆயினும் ஊடுதல்
வல்ல(து) அவர்அளிக்கு மாறு.

1322. ஊடலின் தோன்றும் சிறுதுனி நல்லளி
வாடினும் பாடு பெறும்.

1323. புலத்தலின் புத்தேள்நா(டு) உண்டோ நிலத்தொடு
நீரியைந் தன்னார் அகத்து.

1324. புல்லி விடாஅப் புலவியுள் தோன்றுமென்
உள்ளம் உடைக்கும் படை.

1325. தவறிலர் ஆயினும் தாம்வீழ்வார் மென்றோள்
அகறலின் ஆங்கொன் றுடைத்து.

1326. உணலினும் உண்ட(து) அறல்இனிது காமம்
புணர்தலின் ஊடல் இனிது.

1327. ஊடலில் தோற்றவர் வென்றார் அதுமன்னும்
கூடலிற் காணப் படும்.

1328. ஊடிப் பெறுகுவம் கொல்லோ நுதல்வெயர்ப்பக்
கூடலில் தோன்றிய உப்பு.

1329. ஊடுக மன்னோ ஒளியிழை யாமிரப்ப
நீடுக மன்னோ இரா.

1330. ஊடுதல் காமத்திற்(கு) இன்பம் அதற்கின்பம்
கூடி முயங்கப் பெறின்.

திருக்குறள் | 279

الفهرس

الموضوع	الصفحة
كلمة المترجم	3
كلمة المحقق	6

القسم الأول : الديانة

تحميد الإله	10
فوائد المطر	12
مناقب الزهاد	14
الحث على الأعمال الصالحة	16
الحياة العائلية	18
الزوجة الصالحة	20
نعمة الأولاد	22
الحب	24
إكرام الضيوف	26
الكلمات الطيبة	28
الشكر	30
العدل	32

كباح النفس	34
حسن السلوك	36
عدم الطمع في حليلة الغير	38
التحمل	40
الخلو من الحسد	42
عدم الطمع في مال الغير	44
عدم الغيبة	46
إجتناب الكلام الفارغ	48
الخوف من المعاصي	50
الواجبات الاجتماعية	52
الصدقة	54
المدح	56
الرحمة	58
ترك اللحم	60
الذِّكر	62
سوء الخلق	64
عدم الغش	66
الصدق	68
عدم الغيظ	70

عدم الإساءة	72
عدم القتل	74
عدم الدوام	76
الزهد	78
إدراك الحقيقة	80
ترك الشهوات	82
الحظ والقدر	84

القسم الثاني : الثروة

عظمة المُلك	88
العلم	90
الأمية	92
الاستماع	94
الحكمة	96
تجنب العيوب	98
صحبة الكبار	100
النفور من الدناءة	102
القيام بأمر بعد التفكر فيه	104
العلم بالقوة	106

معرفة الوقت	108
معرفة الأماكن	110
التصديق بعد التثبت	112
التوظيف بعد التفكر	114
حسن المعاشرة مع الأقرباء	116
عدم الغفلة	118
الحكومة العادلة	120
الحكومة الظالمة	122
تجنب الظلم	124
الحنان	126
التجسس	128
القوة	130
عدم الكسل	132
الجهد	134
الثبات عند الشدائد	136
الوزارة	138
فصاحة اللسان	140
الإخلاص في العمل	142
الثبات في العمل	144

خطط العمل	146
السفير	148
التصرف مع الملك	150
معرفة ملامح الوجه	152
فهم أحوال المخاطبين	154
عدم الخوف أمام المخاطبين	156
الدولة	158
الحصن	160
كسب الثروة	162
عظمة الجيش	164
القوة العسكرية	166
الصداقة	168
اصطفاء الأصدقاء	170
الصداقة القديمة	172
الصداقة السيئة	174
الصداقة الغير مرغوب فيها	176
الحماقة	178
البلاهة	180
الحقد	182

العداوة	184
معرفة قوة الأعداء	186
الخيانة	188
عدم تحقير الأكابر	190
الزوجة المسيطرة	192
العاهرات	194
تجنب شرب الخمر	196
القمار	198
الدواء	200
أصيل النسب	202
العزة	204
العظمة	206
الكمال في الأخلاق	208
حسن الأدب	210
الثروة غير النافعة	212
الحياء	214
تطوير الأسرة	216
الزراعة	218
الفقر	220

التسول	222
الخوف من التسول	224
البساطة	226

القسم الثالث : الحب

سحر جمال المرأة	230
اكتشاف ما في القلب	232
لذة الاعتناق	234
مدح جمالها	236
عظمة الحب	238
ذهاب الحياء	240
الإشاعات	242
ألم الفراق	244
النحافة	246
العيون الحزينة	248
شحوب الجسم لفراق الحبيب	250
آلام الغربة	252
ذكريات الحب الحزينة	254
أحلام الحبيبة	256

الأحزان المسائية	258
افتقاد جمال أعضاء الجسم	260
كلام المحبوبة النفسي	262
فقدان النفس ضبطها	264
التوق إلى الحبيب	266
إفشاء الغرام	268
جزع اللقاء	270
الشكاية إلى القلب	272
المشاجرة	274
دقائق المشاجرة	276
الفرح في المشاجرة	278
الفهرس	281